వ్యాససుధ

రచయిత

డా॥ యం. దేవరాజులు

వ్యాస సుధ
- డా॥ యం. దేవరాజులు

ప్రతులు: 500
ప్రథమ ముద్రణ: 2015

వెల : 60/-

ప్రతులకు :
శ్రీమతి జి.మీనాక్షి
19-4-268/ఎ, యస్.టి.వి.నగర్
తిరుపతి

డి.టి.పి. & ప్రింటింగ్
శ్రీ ప్రభా గ్రాఫిక్స్
షాప్ నెం. 3, బాలాజి కాలనీ
తిరుపతి
స్థిరవాణి: 0877- 6573777, 0877-6540777

అంకితం...

నాకు జన్మనిచ్చి

నా అభ్యున్నతి కోసం నిరంతరం తపించే

నా తల్లిదండ్రులకు

ఈ పుస్తకం అంకితం..

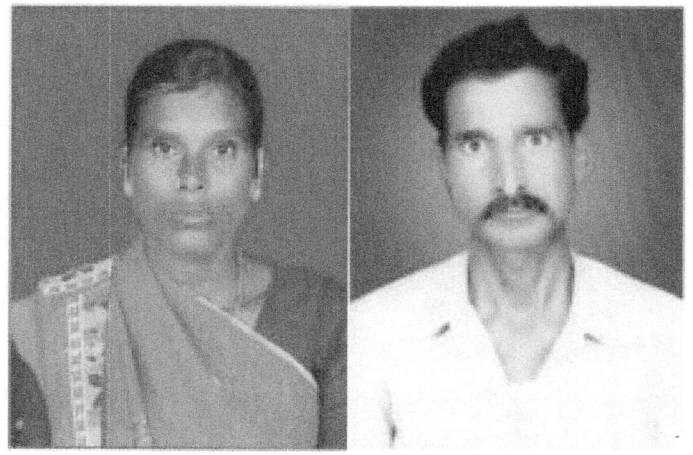

శ్రీమతి యం. పట్టురాజమ్మ , కీ॥శే॥ యం.సుబ్రమణ్యం గార్లకు

నమస్సుమాంజలులు

ఉన్నమాట

డా॥ ఎస్. చిన్నరెడ్డెయ్య
ఎం.ఏ., ఎం.ఫిల్., పిహెచ్.డి.,
అసిస్టెంట్ ప్రొఫెసర్,
తెలుగు శాఖ
ద్రావిడ విశ్వవిద్యాలయం
కుప్పం-517 425
సెల్: 94408 75726

ప్రపంచంలోని అన్ని భాషా సాహిత్యాలలో పద్యం, గద్యం, రెండూ ఉన్నాయి. వాటిలో పద్యం మళ్లీ అనేక వర్గాలుగా చీలింది. అయితే గద్యం మాత్రం గ్రాంథికం, వ్యవహారికం అని రెండే భాగాలుగా ఉంది. ఆదిమానవుడు మొదట భాష నేర్వగానే తన భావాలను అభిప్రాయాలను ముందుగా పాటరూపంలోనే అభివ్యక్తం చేసి ఉంటాడని ప్రపంచంలోని భాషాశాస్త్రవేత్తలందరూ నిర్ద్వంద్వంగా అభిప్రాయపడుతున్నారు. ఆ తర్వాతే వచన రూపంలో మాట్లాడి ఉంటాడు. వీటిలో పద్యం దాని రూపాంతరాలు మనిషిని ఆనందింపచేస్తాయి. అయితే వచనం మాత్రం ఆలోచింప జేస్తుంది. తర్వాతి కాలంలో ఆలోచనతో కూడిన పద్యం, దాని రూపాలు ప్రజలను అభివృద్ధి పథంలోకి నడిపించి ఉంటాయని తెలుస్తున్నది. తెలుగు సాహిత్య పరిణామ క్రమాన్ని ఆధారంగా తీసుకొని దాన్ని నిర్ధారించవచ్చు. ఆ క్రమంలో వివిధ సామాజిక అవసరాల దృష్ట్యా వచనం ఆవిర్భవించగా అదే నేటి వ్యాసరూపాన్ని సంతరించుకొన్నదని విశదపరచవచ్చు.

ఆదికవి నన్నయ భారతాంధ్రీకరణలో వచనాన్ని ప్రయోగించాడు. ఆ దారిలోనే తదనంతర కవులందరూ నడిచారు. పానుగంటి లక్ష్మీనరసింహారావు గారు సాక్షి వ్యాసాలు, పప్పూరి రామాచార్యులు వదరుబోతు వ్యాసాలు రాశారు. ఇవి ఆనాడు సమాజంపై గట్టి ప్రభావం చూపాయి. నేడు వ్యాసాలు అన్ని రంగాలకు చెందిన అంశాలపైన వెలువడుతున్నాయి.

డా॥ యం.దేవరాజులు తెలుగు సాహిత్య అధ్యేత, నిరంతర పఠనశీలి. పరిశోధకులు కూడా. ఇతను గుడుపల్లి మండలంలో తెలుగు పండుతునిగా పనిచేస్తూ మా విశ్వ విద్యాలయంలో నిర్వహించే జాతీయ సదస్సులకు తప్పక హాజరవుతూ మరియు ఇతర ప్రాంతాలలో నిర్వహించే జాతీయ సదస్సులు, అంతర్జాతీయ సదస్సులలో తప్పక పాల్గొంటూ తెలుగు సాహిత్యాంశాల గురించి నాతో మాట్లాడే వాడు. అప్పుడే అతనిలో సాహిత్యాంశాల పట్ల ఉండే జిజ్ఞాస, అభిలాషను గుర్తించాను. ఇతను ప్రతి సాహిత్య అంశాన్ని క్షుణ్ణంగా పరిశోధిస్తారు. తాను చెప్పదలిచిన విషయాన్ని సప్రమాణంగా చెబుతారు. ఈయన వివిధ సెమినార్లలో సమర్పించిన వ్యాసాలు, వేర్వేరు పత్రికల్లో ప్రచురితమైన వ్యాసాలు కలిపి 'వ్యాససుధ' శీర్షికతో వ్యాస సంకలనంగా తీసుకురావడం ముదావహం. ఈ పుస్తకంలోని వ్యాసాలు భాషాసాహిత్య వ్యాసాలు. విమర్శా వ్యాసాలు అని రెండు ఉపవిభాగాలుగా విభజించడం బాగుంది. భావి పరిశోధకులకు కరదీపికగా ఉపయోగ పడుతాయని నేను నమ్ముతున్నాను. సాహితీ పిపాసి అయిన దేవరాజులు కలం నుంచి మరిన్ని వ్యాసాలు విమర్శనాగ్రంథాలు కూడా వెలువడాలని ఆశిస్తున్నాను. వీటితో బాటు వివిధ ప్రక్రియల్లో రచనలు చేయాలని సూచిస్తూ, వీరి కృషిని ప్రశంసిస్తున్నాను.

అభిప్రాయం

డా॥ కె.రాధారమణ

ఎం.ఏ., ఎం.ఫిల్., పిహెచ్.డి.,

ఎడిటర్, సప్తగిరి

తిరుమల తిరుపతి దేవస్థానములు

తిరుపతి - 517 502

సెల్: 88976 44036

ఒక అంశాన్ని స్పష్టంగా వివరించి చెప్పేది వ్యాసం. అది సాహిత్యం, తత్వం, కళలు, వైజ్ఞానికం ఇంకా ఏదైనా కావచ్చు. కందుకూరి వీరేశలింగం పంతులు గారు తెలుగులో అన్ని ఆధునిక ప్రక్రియలకు తానే ఆద్యుడనని పేర్కొన్నాడు. వారి అభిప్రాయంతో అందరూ ఏకీభవిస్తున్నా దానికొక ప్రక్రియ రూపాన్ని తెచ్చి పెట్టింది మాత్రం గురజాడ వారే. వారి అడుగుజాడల్లోనే ఎందరో రచయితలు నడిచి వ్యాసాన్ని పరిపుష్టం చేశారు.

నేడున్న అన్ని స్థాయిల పాఠ్యాంశాలు వ్యాసాలే గదా! అదే విధంగా అన్ని దిన, వార, మాసాది పత్రికలు వ్యాసానికి అగ్రస్థానాన్నిస్తున్నవి. ఇంకా చెప్పాలంటే సమకాలీనాంశాల సమగ్ర వివరణకు, విశ్లేషణకు వ్యాసమే సరియైన సాధనంగా పేర్కొనవచ్చు. విషయ అవసరం కోసంగాని, అవగాహన కోసం గాని వ్యాసాన్ని చదివితే కలిగేంత సంతృప్తి మరే ప్రక్రియ చదివినా కలుగదు. ఈ విషయాన్ని ఆంగ్లేయులు మనకంటే ముందే గుర్తించి స్పెక్టేటర్, టాట్లర్ వంటి వ్యాసాలను వెలువరించారు. వాటి నమూనాలతో కొందరు తెలుగు రచయితలు వ్యాసాలు రాసి మంచి ఖ్యాతి గడించారు. అట్టి వారిలో చెప్పదగిన వారు పానుగంటి లక్ష్మీనరసింహారావు గారొకరు. వీరి సాక్షి వ్యాసాలు సామాజిక చైతన్య కెరటాలుగా సమాజానికి దోహదపడ్డాయి. అప్పటి నుంచి నిరంతరంగా ఈ వ్యాస పరంపర అవిచ్ఛిన్నంగా కొనసాగుతూనే ఉంది. ఇది నేటి సమాజానికి అవసరం కూడా.

తెలుగు సాహిత్యంలోని విభిన్న కోణాల్లో విభిన్న అంశాలను విశ్లేషిస్తూ డా॥ఎం.దేవరాజులు 'వ్యాస సుధ' అనే వ్యాస సంపుటిని సాహితీ లోకానికి అందిస్తున్నందుకు అభినందనలు. 'వ్యాససుధ' పుస్తకంలో ఉన్న 17 వ్యాసాలను ఆమూలాగ్రం చదివాను. ఇందులో వీరు స్పృశించని సాహితీ రంగమంటూ లేదు. మొదటి వాక్యం నుంచి చివరి వాక్యం వరకు ఏకబిగిన చదివేశాను. చదువుతున్న కొద్దీ ఎన్నో విషయాలు కొత్త కోణంలో బయటపడ్డాయి. అవి అందరికీ తెలిసిన విషయాలే అయినా ఈయన చెప్పిన తీరు చక్కగా ఉంది. మంచి సాహిత్య ప్రమాణాలతో రాయబడినట్లుగా ఈ వ్యాసాలను నేను భావిస్తున్నాను. సాహితీ విద్యార్థులకు, సాహితీ వేత్తలకు, విమర్శకులకు ఈ వ్యాసాలు కొత్తకోణంలో సాహిత్య అవగాహనకు ఉపకరిస్తాయని చెప్పక తప్పదు.

అభినందన

డా॥ కె.రెడ్డెప్ప
టీచర్, ఎం.ఎ., బి.ఇడి., పిహెచ్.డి.,
జిల్లా పరిషత్ ఉన్నత పాఠశాల
నెరబైలు, చిత్తూరు జిల్లా- 517 194
సెల్: **9701510591**

ఆధునిక సాహిత్యంలో తెలుగులో వెలువడుతున్న ప్రక్రియల్లో వ్యాసం కూడా ఒకటి. రచయిత ఒక విషయం గురించి తన ఆలోచనలను వివరించి చెప్పే సాహిత్య సాధనం వ్యాసం.

రచయిత తన అభిప్రాయాలను, భావాలను సమగ్రంగా విశ్లేషించి చెప్పే అవకాశం ఒక్క వ్యాసంలోనే ఉంటుంది. తక్కిన ప్రక్రియల్లో దాదాపుగా ఉండదనే చెప్పవచ్చు. పాఠకులకు సులభంగా అవగాహన అవుతున్నది కూడా వ్యాసమే. అందుకే నేడు వ్యాసం బహుళ ప్రచారంలో ఉంది. ఒక రకంగా చెప్పాలంటే ప్రాచీన సాహిత్యంలో పద్యం, ఆధునిక సాహిత్యంలో వచనం ప్రాధాన్యత పొందాయి. ఆ వచన పరిణామ రూపమే ఈనాటి వ్యాసం.

తెలుగు భాష, సాహిత్యాలపై ఎనలేని అభిమానం కలిగిన డా॥యం.దేవరాజులు వివిధ సందర్భాల్లో తాను రాసిన వ్యాసాలను 'వ్యాససుధ' పేరుతో ఒక సంకలనంగా తీసుకొస్తున్నారు. ఇందులో 17 వ్యాసాలున్నాయి. ప్రాచీన ఆధునిక సాహిత్యాలను ఔపోసన పట్టిన రీతిలో వీరి వ్యాసాలున్నాయి. విషయం పైపై మెరుగులతో కాకుండా చాలా లోతైన పరిశీలనతో రాయబడినట్లుగా తెలుస్తున్నది. దీనికి వీరు రాసిన ప్రతి వ్యాసం సజీవ సాక్ష్యంగా నిలుస్తున్నది. ఇందులో నవల, మాండలికం, విమర్శ, జర్నలిజం, సంస్కృతి వంటి అంశాలకు చెందిన వ్యాసాలున్నాయి. వాల్మీకి మహర్షి నుంచి నేటి కాశీభట్ల వేణుగోపాల్ వరకు, కావ్యప్రక్రియ నుంచి నేటి జర్నలిజం వరకు వివిధ అంశాలను స్పృశిస్తూ దేవరాజులు వ్యాసాలు రాశారు.ఇంకా స్పష్టంగా చెప్పాలంటే అన్ని వాదాలను స్పృశిస్తూ చక్కని విమర్శా వ్యాసాలు రాశారు. వ్యాస రచనా విషయంలో వీరెంతో శ్రద్ధ

చూపారని చెప్పవచ్చు. స్థాలీపులీక న్యాయమన్నట్లు వీరి ప్రతిభను నిర్ధారించుటకు ఏ వ్యాసాన్ని చదివినా దానికి తగిన సమాచారం, సమాధానం దొరుకుతుంది. వివిధాంశాలతో కూడిన వ్యాసాలను ఒక చోట చేర్చి పుస్తకంగా తీసుకొచ్చి పాఠకుల దరికి చేరుస్తున్న డా॥యం.దేవరాజులు కృషి ప్రశంసనీయం. వీరు ఇలాంటి మరికొన్ని వ్యాస సంకలనాలు తీసుకురావాలని ఆకాంక్షిస్తూ అభినందిస్తున్నాను.

వినతి

డా॥యం. దేవరాజులు

సమాజానికి ప్రతిబింబం సాహిత్యమంటారు పెద్దలు. ఆ సాహిత్యానికి అనేక పార్శ్వాలు ంటాయి. వాటిని ప్రజల వద్దకు చేర్చటానికి వివిధ ప్రక్రియలూ రూపుదాల్చాయి. అలాంటి వాటిలో చెప్పుకోదగ్గది వ్యాసం. తెలుగు సాహిత్య విద్యార్థిగా, పిపాసిగా, పరిశోధకునిగా నాకు తోచిన భావాలను వ్యాసాలుగా రాశాను. వాటిని వివిధ సాహిత్య సదస్సులలో సమర్పించాను. కొన్నింటిని సాహిత్య మాసపత్రికలకు పంపగా ప్రచురణకు నోచుకున్నాయి. కొన్నింటికి పలువురి ప్రశంసలూ లభించాయి. ఆ స్ఫూర్తితో నేను వాటన్నిటినీ చేర్చి 'వ్యాససుధ' శీర్షికతో ఒక సంకలనంగా తెస్తున్నాను.

ఈ గ్రంథంలో 17 వ్యాసాలున్నాయి. వీటిలో దళిత స్త్రీల దుర్భర జీవనం, కథా సాహిత్యంలో మాండలిక పదప్రయోగం, చిత్తూరు జిల్లా ప్రజలపై తమిళ భాష ప్రభావం, తెలుగు భాషాభివృద్ధికి అధికార భాషాసంఘం కృషి వంటి అనేక విభిన్న విషయాంశాల మీద అధ్యయనం చేసి నాకు తోచినంత సాహితీసేవ చేయదలచుకున్నాను. ఈ నా సాహిత్య రచనా వ్యాసంగంలో ఇది తొలి ప్రయత్నం. కావున ఇందులో కొన్ని లోపాలు, పొరబాట్లు, దోషాలు నాకు తెలియకుండా దొర్లి ఉండవచ్చు. పెద్దలు, సహృదయులు, విమర్శకులు, వాటిని తెలియజేసిన వినమ్రంగా స్వీకరించి, తదుపరి ముద్రణలో వాటిని సవరించుకోగలనని సవినయంగా మనవి చేస్తున్నాను.

ఈ వ్యాస సంకలనం రాయటానికి నాలో ప్రేరణ కలిగించిన వారు, వెన్ను తట్టి ప్రోత్సహించిన గురువర్యులు ఆచార్య కోసూరి దామోదరనాయుడు గారికి, ఈ సంకలనానికి అడిగిన వెంటనే 'ఉన్నమాట' చెప్పి ఆశీస్సులందించిన గురువులు డా॥ఎస్.చిన్నరెడ్డెయ్య గారికి, 'అభిప్రాయం' తెలిపిన గురుతుల్యులు డా॥కె.రాధారమణ గారికి, 'అభినందనలు' అందించిన పెద్దలు డా॥రెడ్డెప్ప గార్లకు నా నమోవాకములు.

నాకు జన్మనిచ్చి నా ఆశయాన్ని ఆశీర్వదిస్తూ, అభ్యున్నతిని అనునిత్యం ఆకాంక్షించే అమ్మ శ్రీమతి పట్టురాజమ్మ, నాన్న కీ॥శే॥ సుబ్రమణ్యం గార్లకు, ప్రతీ క్షణం నన్ను కంటికి రెప్పలా చూసుకుంటూ నా ఎదుగుదలను మనస్ఫూర్తిగా కోరుకుంటూ వెన్నుదన్నుగా

నిలుస్తున్న మాతృ, పితృ హృదయ సౌశీల్యురు అన్న, వదినలు, శ్రీ హరిబాబు, శ్రీమతి రజని గార్లకు, నన్ను కన్నబిడ్డలా చూసుకుంటూ నాపై ఇతోధిక ప్రేమను కురిపించే మా అత్తమ్మ, మామయ్య శ్రీ చెంగల్రాయులు, శ్రీమతి సుమతి గార్లకు నా హృదయ పూర్వక ధన్యవాదములు. ఈ నా రచనా వ్యాసంగంలో, నా ఆలోచనలకు ప్రతినిత్యం సహాయంగా ఉంటూ స్నేహవాత్సల్యంతో సహకారమందిస్తున్న నా హృదయాలయ జ్యోతి శ్రీమతి మీనాక్షికి, నా ఎదుగుదల విషయంలో ప్రత్యేక శ్రద్ధ తీసుకుంటూ నాతో మిత్రునిలా ఆలోచనలు పంచుకునే తమ్ముడు హేమాద్రికి కృతజ్ఞతలు. చిరంజీవులు తులసీ ప్రసాద్, వేదవికాస్‌లకు నా శుభాశీస్సులు.

ఇంకా సహృదయంగా సలహాలిచ్చిన వారు తులసి అక్క, గిరి బావ, డా॥ టి. రఘునాథ్, డా॥ డి. మస్తానమ్మ గార్లకు ధన్యవాదములు. మంచి సూచనలు చేసినవారు ఎందరో వున్నారు ఇంకా వ్యాసం రాయటానికి మెలుకువలు నేర్పినవారూ ఉన్నారు వారందరి సహాయ సహకారాల మూలంగా నేను ఒక రచయితగా రచయితల సరసన నిలబడగలననే విశ్వాసం నాలో కలిగింది. అలాంటి వారందరికీ పేరుపేరునా ధన్యవాదాలందజేస్తున్నాను.

ఈ పుస్తకంలో వ్యాసాలను ఎప్పటికప్పుడు ఓపికగా గ్రంథస్తం చేయించిన శ్రీ సూర్య నారాయణకు, మౌనికకు అందంగా ముద్రించడానికి సహకరించిన ప్రభా గ్రాఫిక్స్ యాజమాన్యానికి నా ప్రత్యేక కృతజ్ఞతలు.

* * * * *

విషయ సూచిక

వ్యవహారిక భాషోద్యమ పితామహుడు – గిడుగు

ప్రవేశిక :

గ్రాంధిక భాష ఏకఛత్రాధిపత్యంగా తెలుగుదేశంలో రాజ్యమేలుతున్నపుడు, భాషంటే గ్రాంధిక భాషేనని జనం గాఢంగా నమ్ముతున్నపుడు, వ్యవహారిక భాష అనాగరికుల భాషగా పరిగణించబడుతున్నపుడు – వాటికి వ్యతిరేకంగా సామాన్య ప్రజలకు అర్థమయ్యేదే అసలుసిసలైన భాషగా గుర్తించాలని అలుపెరుగని పోరాటం చేసిన భాషోద్యమకారుడు గిడుగు వేంకట రామమూర్తి పంతులు. ప్రజల భాషకు వ్యవహారిక భాషకు జీవం పోసిన భాషాభిమాని ఆయన. 'రామో విగ్రహన్ ధర్మః అన్నరీతిలో గిడుగువారు భాషోద్ధరణ ధర్మకార్యానికి పూనుకున్నారు. క్రీ.శ 19వ శతాబ్దంలో ఒకపక్క ఆంగ్లం, మరో పక్క సంస్కృతం ఉన్నత వర్గాల ప్రజలపై ప్రగాఢమైన ప్రభావాన్ని చూపాయి. 'ఉద్దతుల మధ్య అల్పులకుండతరమే' అన్నట్లు ఉద్దండ భాషలుగా లెక్కించబడిన ఆంగ్లం – సంస్కృతంల మధ్య తెలుగుభాష నలిగిపోవసాగింది. సామాన్యులు, నిరక్షరాస్యులు మరొకరి దగ్గరకు వెళ్లి రాయించుకొనేవారు. వారిచేత చదివించి వినేవారు. ఆ దుస్థితి నుంచి సామాన్య ప్రజలకు విముక్తి కలిగించుటకు పూనుకున్నాడు. వ్యవహారిక భాషకు పట్టం గట్టుటకు నడుంకట్టాడు. ఆ కార్యనిర్వహణపై తన సర్వస్వాన్ని త్యాగం చేశాడు.

నేపథ్యం :

కందుకూరి వీరేశలింగంపంతులుగారి సంఘ సంస్కరణకు, గురజాడ అప్పారావు సమకాలీన కవిత్వ వస్తు వైవిధ్యానికి, గిడుకు వేంకటరామమూర్తి పంతులు వ్యవహారిక భాషా వికాసానికి, త్రిపురనేని రామస్వామి చౌదరి భావవిప్లవానికి, కృష్ణశాస్త్రి భావకవిత్వానికి, శ్రీశ్రీ అభ్యుదయ కవిత్వానికి, చెరబండరాజు విప్లవ కవిత్వానికి గట్టిపునాదులు వేశారు. వీరేశలింగం పంతులుగారు సామాజిక దృక్పథంతోనే మౌళికమైన మార్పులు తేవటానికి చాలా కృషిచేశారు. చాలా వరకు కృతకృత్యులైనారు. వీరేశలింగం గారి తరువాత పాతిక సంవత్సరాలకు పుట్టిన గురజాడ అప్పారావు,

వీరేశలింగం ప్రారంభించిన పనినే మరింత కళాత్మకంగా నిర్వహించారు. వీరేశలింగం రచనలలో సాంఘిక విలువలకు అధిక ప్రాధాన్యం, సాహిత్య విలువలకు గౌణ ప్రాధాన్యం కాగా రెంటినీ సరిసమానమైన ప్రతిభతో నిర్వహించినవారు గురజాడ అప్పారావు. ఇక గిడుగు రామమూర్తి పంతులు భాషా సాహిత్య విషయాలలో తన సిద్ధాంతానికి అనుగుణమైన వ్యవహారిక భాషోద్యమాన్ని సాగించవలసిన పరిస్థితులు ఆయన్ను ప్రేరేపించాయి.

గిడుగు జననం, బాల్యం – విద్యాభ్యాసం :

గిడుగు వేంకటరామమూర్తి పంతులుగారు 1963 ఆగష్టు 29వ తేదీన గంజాం జిల్లా వంశధారానదీ తీరమైన పర్వతాల పేటలో జన్మించారు. వెంకమ్మ, వీర్రాజు వీరి తల్లిదండ్రులు. వీర్రాజు విజయనగరాజుల కొలువులో ఉద్యోగిగా ఉండేవాడు. ఆ కారణంగా అక్కడే స్థిరపడ్డాడు. రామమూర్తిగారు వారి తల్లిదండ్రులకు మొదటి సంతానం. మెట్రిక్యులేషన్ వరకు రామమూర్తిగారు విజయనగరంలోనే చదివాడు. అటు తరువాత భీమునిపట్నంలోని ఓడల యజమాని కందికొండ రామదాసు పంతులుగారి వద్ద గుమస్తాగా చేరాడు. ఆయనే తన రెండో కూతురిని రామమూర్తి పంతులు గారికిచ్చి 1879వ సంవత్సరంలో పెళ్లిచేశాడు. అటు తరువాత రామమూర్తి విశాఖ కలెక్టరేట్‌లో ఉద్యోగంలో చేరాడు. 1885 జనవరి 25వ తేదీన పంతులుగారికి ప్రథమ సంతానం కలిగింది. అతని పేరే సీతాపతి. అటు తరువాత కొన్నాళ్లకు ఉపాధ్యాయ వృత్తిలోకి ప్రవేశించారు. పంతులుగారు సరళహృదయుడు, అమాయకుడు, గట్టి పట్టుదల కలవాడు. దానికి ఈ సంఘటనను ఉదారణంగా చెప్పవచ్చు.

మద్రాసు రాష్ట్రానికంతటికీ ప్రథముడుగా హిస్టరీ బి.ఏలో కృతార్థున్ని కావాలని తదేకంగా ఆయన చరిత్ర అధ్యయనం చేశాడు. ఇంట్లో చదువు సాగదని స్కూలుకు వెళ్లి రాత్రి తెల్లవారేదాకా చదువుతూ ఉండేవాడట.తోటమాలి తెల్లవారుఝామున స్కూలు తోటలోని మొక్కలకు నీరు కట్టడానికి వచ్చిందాకా రామమూర్తి పంతులు గదిలో దీపం వెలుగుతూ ఉండేదట. ఆయనకు రాష్ట్రం మొత్తంలో ప్రథమ శ్రేణిలో

రెండో స్థానం వచ్చింది. ఫలితాలు చూడగానే ఆయన కిందపడ్డారట. “నేను కళాశాలలో చదివిన విద్యార్థిని కాదు కాబట్టి నాకు సర్వ ప్రథమస్థానం ఇచ్చారు కారు” అంటూ ఆవేదన చెందాడట. ఆయన చిన్నప్పటి నుంచి సామాజిక స్పృహ కలిగి ఉండేవారు. ఉద్యోగ విధి నిర్వహణలో భాగంగా వివిధ ప్రాంతాలు తిరిగి అక్కడి ప్రజలతో మమేకమై పోయేవారు. కొండల్లో కోనల్లోని ప్రజలవద్దకు తిరగటం వల్ల, సవరల పట్ల శ్రద్ధ చూపడం వల్ల వారి గ్రామాలు తరచు సందర్శిచటం వల్ల మలేరియాకు గురయ్యారు. అమితంగా క్వినైన్ వాడటం వల్ల ఆయనకు చెముడు పట్టుకుంది. అందువల్ల అహర్నిశలు ఆయన మరేదీ పట్టించుకోకుండా మరెవరితో మాట్లాడకుండా భాషా సేవలో ఏకాగ్రతతో నిమగ్నమయ్యేవారు. భాషా విషయకంగా వాదిస్తున్నప్పుడు పెద్ద పెద్ద కేకలు వేస్తూ మాట్లాడేవారు. నీతి విషయంలో నిప్పులాంటివారు. ఆర్థికపరంగా జీవితంలో ఎన్నో క్లిష్ట సమస్యలు ఎదుర్కొన్నా గానీ, ఆయన అవినీతికి పాల్పడలేదు.

ఆ నలుగురు :

ఆ రోజుల్లో గిడుగు రామమూర్తి పంతులు, గురజాడ అప్పారావు, పి.టి. శ్రీనివాసయ్యం గారు. జె.ఏ.ఏట్స్ అను ఈ నలుగురు సంప్రదాయాభిమానులైన తెలుగు పండితులకు పరమ విరోధులుగా కనబడ్డారు. భాషను, సంస్కృతిని, సంప్రదాయాన్ని విచ్ఛిన్నం చేయడానికే ఆ నలుగురు ఏదో పన్నుగడ సాగిస్తున్నారని వారు విశ్వసించారు. ధూమకేతువు ఏదో దుర్నిమిత్త సూచకంగా పుట్టేటట్లు ఈ వ్యవహారిక భాష అనే తోక చుక్క తూరుపున పుట్టింది అని ఈసడించుకున్నారు. వీరిని ఉన్మత్తులన్నారు. పిచ్చాసుప్రతిలో ఉంచాలన్నారు. ఆ నలుగురిలో ఒక్కరు అరవ. అతనికి తెలుగేంతెలుసు? ఒకడు అప్రాచ్యుడు - తెలుగేమైనా అతనికి అర్థమై ఏడుస్తుందా? ఒకరు సవర పండితుడు. చరిత్ర చెప్పుకొనే ఉపాధ్యాయుడు. మరొకరు సంకర భాషలో ప్రహసనం రాసిన మహావిధ్వాంసుడు. వీళ్లకు వ్యాకరణం ఏం తెలుసు. సాహిత్యంలో ఏం ప్రవేశం ఉంది. సంస్కృతంలో అక్షర జ్ఞానమైనా ఉందా అంటూ ఆనలుగురిపై నిరసనోక్తులు గుప్పించారు. అయినా వీరు ఏ మాత్రం జంకలేదు. తమ లక్ష్య సాధన దిశలో వెనుకంజ వేయలేదు.

వ్యవహారిక భాషోద్యమం :

గిడుగు రామమూర్తి పంతులుగారు 1911లో ఉపాధ్యాయ వృత్తినుండి పదవీ విరమణ పొందారు. ఆ సంవత్సరమే వ్యవహారిక బాషోద్యమానికి బీజావాసం వేశారు. అంతకు ముందు నుంచి పంతులు గారు చేసిన పోరాట ఫలితంగా ప్రభుత్వం వారు స్కూలు ఫైనలు, ఇంటర్ తరగతుల పిల్లలు వాడుక భాషనుపయోగించవచ్చునని ప్రకటించారు. ఆ ఏడాదే ఆంధ్రసాహిత్య పరిషత్తు, పరిష్పత్రిక స్థాపించబడ్డాయి తెలుగు భాషా చరిత్రను సప్రమాణికంగా సంధించేందుకు తెలుగుకు సంపూర్ణమైన సాధికారమైన వ్యాకరణాన్ని రచింపజేసేందుకు సర్వ సమగ్రమైన నిఘంటువును కూర్చేందుకు ఆంధ్ర సాహిత్య పరిషత్తు స్థాపనం జరుగుతున్నట్లు పరిషత్తు స్థాపక నిర్వాహకులు ప్రకటించారు. వ్యవహారిక భాషను విమర్శించడమే ప్రధాన ధ్యేయంగా ఆనాడు ఆంధ్ర సాహిత్య పరిషత్తు పనిచేసింది. ధనికులు, జమీందారులు, ఉద్యోగస్థులు సాహిత్య పరిషత్తు పక్షాన నిలిచారు.

గ్రాంథిక వాదులు :

వావిలికొలను సుబ్బారావు, కొమర్రాజు లక్ష్మణరావు, వేదం వెంకట్రాయశాస్త్రి, కూచి నరసింహం, పానుగంటి లక్ష్మీ నరసింహారావు, ఆకొండి వ్యాసమూర్తి శాస్త్రి, జనమంచి శేషాద్రి శర్మ, శ్రీపాద కృష్ణమూర్తి శాస్త్రి మొదలైన పాతతరం పండితులు గ్రాంథికవాదాన్ని గట్టిగా సమర్థించారు. ఆంధ్ర సాహిత్య పరిషత్పత్రికకు ధీటుగా రామమూర్తి పంతులుగారు 'తెలుగు పత్రికను' స్థాపించారు. వ్యవహారిక భాషోద్యమానికి ఈ పత్రిక ఇచ్చిన స్ఫూర్తి అనుపమానం. భాషాతత్వ వివేచనను శాస్త్రీయంగా నిర్వహించిన తొలి తెలుగు పత్రిక ఇదేనని చెప్పాలి. పర్లాకిమిడి వంటి మారుమూల ప్రాంతం నుంచి ఈ పత్రిక వెలువడటంతో రామమూర్తి పంతులుగారు చాలా ఇబ్బందులు ఎదుర్కొన్నారు. ఈ పత్రికలో కేవలం భాషావిషయకమైన అంశాలే ఉండేవి. కవిత్వం, సృజనాత్మక సాహిత్యం, మొదలైనవి ఉండేవి కావు. ఈ పత్రిక పంతులుగారు పరమపదం పొందినంతవరకైనా వెలువడి ఉన్నట్లైతే తెలుగు భాషా

సాహిత్యం సమీకరణం ఎప్పుడో సాధ్యమై ఉండేది. రాజశేఖరుడు కావ్య మీమాసంలోని సూక్తిని పంతులుగారు తమ పత్రిక ముఖ పత్రం పైన సూక్తి వ్యాసంగా ప్రచురించేవారు. 'సంస్కృతం గొప్ప భాషే. అందుకు సందేహం లేదు. అయితే సరసుడైనవాడు తన శిగలోతులసి మాల ధరిస్తాడా? జాజిపూలు ధరిస్తాడా చెప్పండి. అట్లానే ప్రాకృతానికున్న సౌందర్యం, లాలిత్యం, సంస్కృతాని కెక్కడివి" ప్రాకృతమే మాకు ఇష్టం అని ఆ సూక్తి వాక్యానికి అర్థం. పంతులుగారు వేదం వారిపై రాసిన ఆంధ్ర పండిత భిషక్కుల భాషాభేజం' అనే వ్యాసం ఈ పత్రికలోనే వెలువడింది.

ప్రజల్లోకి పంతులుగారు :

ఆంధ్ర సాహిత్య పరిషత్తు సంస్థాపన రూపంలో వ్యవహారిక భాషోద్యమానికి బలమైన వ్యతిరేకత ఏర్పడినపుడు పంతులుగారు తెలుగు దేశంలో ప్రచారానికి బయలుదేరారు. ముఖ్య నగరాలలోని కళాశాలలకు వెళ్లి అక్కడి అధ్యాపక బృందాన్ని కలుసుకొని సభలు చేసి తమ వాదాన్ని వివరించి చెప్పేవారు. తెలుగు పత్రిక సంపాదకీయంలో పంతులుగారు తెలుగు భాషా వర్తమాన స్థితిగతులను గూర్చి చాలా బాధపడ్డారు. ఆడవాళ్లు చదువుకోవటానికి, పిల్లలు చదివి ఆనందించటానికి, వివిధ స్థాయిల పాఠకులు చదివి లోకవృత్తం తెలుసుకోవటానికి తగిన రచనలు తెలుగులో వెలవడకపోవటానికి కారణం తెలుగు వచన రచనను అనావశ్యకమైన నియమ నిబంధనలు బాధించటమేనని పంతులుగారు అభిప్రాయపడ్డారు. ఏ జాతి వికాసమైనా, ఏ భాష అభివృద్ధి అయినా ఆ కాలపు విజ్ఞాన వ్యాప్తిపైనే ఆధారపడి ఉంటుందని. జన సామాన్యంలో విద్యను, విజ్ఞానాన్ని వ్యాపింప జేయాలంటే వాఙ్మయానికి మించిన సాధనం. ఇంకొకటి లేదని పంతులుగారు పదే పదే బోధించారు. ఆ లక్ష్య సాధన కోసమే జీవితమంతా శ్రమించారు. నన్నయ్య నుంచి చిన్నయ్య వరకు చాలా మంది కవులు తమ రచనల్లో ప్రయోగించడానికి వ్యవహారిక భాషనే ఎన్నుకున్నారని నిరూపించారు. సవర భాషకు వ్యాకరణం రాశారు. సవరల కోసం పాటల పుస్తకాలు, జానపద కథలు, సవర తెలుగు, తెలుగు - సవర నిఘంటువులు, సవర భాష

నేర్చుకొనేటందుకు కొన్ని వాచక పుస్తకాలు రచించారు. ఇంకా సవరా మాన్యవల్, ఇంగ్లీషు - సవర, సవర- ఇంగ్లీషు నిఘంటువులు కూర్చారు. సవర భాష నేర్చుకొని సవరలకు విద్య బోధించారు.

సేవలకు గుర్తింపు :

గిడుగు రామమూర్తి పంతులు గారు వ్యవహారిక భాషకు, సవర భాషకు చేసిన సేవకు గుర్తింపుగా 1911లో ఐదవ జార్జి చక్రవర్తి పేరిట ప్రశంసాపత్రాన్ని, 1913 జనవరి 1వ తేదిన రావు సాహెబు బిరుదును ఇచ్చి ఆనాటి బ్రిటీషు ప్రభుత్వం సత్కరించింది. 1938లో ఆంధ్ర విశ్వ కళా పరిషత్తు ఆయనకు కళాప్రపూర్ణ బిరుదు ఇచ్చి గౌరవించింది. 1936లో ఆంధ్ర విశ్వ విద్యాలయంలో తెలుగు శాఖ ఆచార్యులుగా పంతులు గారిని నియమించాలని ఆనాటి పత్రికలు ఘోషించాయి. అయితే అప్పటికే పంతులు గారికి ఏళ్లు పైబడి ఉండటంతో ఆ ప్రతికల లక్ష్యం నెరవేర లేదు. ఇవేగాక పంతులుగారికి రాష్ట్ర వ్యాప్తంగా జరిగిన సన్మానాలకు లెక్కలేదు. 1879లో అన్నపూర్ణమ్మను వివాహం చేసుకున్నాక కూడా ఆయన చదువుకు స్వస్తి చెప్పలేదు. వివాహానంతరం 1880లో విజయగరం మహారాజ పాఠశాలలో చదివి మెట్రిక్యులేషను ఉత్తీర్ణుయ్యాడు. ఆ ఏడాదే పర్లాకిమిడి మిడిలు స్కూలులో ఉపాధ్యాయుడిగా చేరాడు. 1986లో ఎఫ్.ఏ ప్రైవేటుగా చదివి పాసయ్యాడు. అదే విధంగా 1980లో బి.ఏ రెండు భాగాలుగా ఉత్తీర్ణుడయ్యారు. 1985లో చరిత్ర భాగం పూర్తిచేసి బి. ఏ పట్ట భద్రులయ్యారు. 1936లో పర్లాకిమిడిల్ ఒరిస్సా రాష్ట్రములో చేర్చినందుకు నిరసనగా అక్కడి నుంచి రాజమండ్రికి వలస వచ్చేశాడు. అటు తరువాత 22-01-1940 తేదిన మద్రాసులో పెద్ద కుమారుడైన సీతాపతి గారింట తుది శ్వాస విడిచారు.

ముగింపు :

ఆ మహానుభావుని కృషి ఫలితంగా నేడు పాఠశాల, కళాశాల పిల్లలు వ్యవహారిక భాషలో విద్యాభ్యాసం చేస్తున్నారు. నేటి ప్రభుత్వ ఆశయమైన 'అందరికీ విద్య' లక్ష్య సాధనకు ఈ వ్యవహారిక భాష చక్కగా దోహదపడుతున్నది. వ్యావహారిక

భాష ఆవశ్యకతను గురించి ప్రభుత్వానికి, ప్రజలకు తెలియజెప్పి వారిని ఒప్పించి, మెప్పించి తన లక్ష్యాన్ని సాధించుకున్నారు. అందుకోసమై ఉద్ధండ పండితులతో వాదించి నెగ్గారు. ప్రజ్ఞా నిధిగా నిలిచి పోయారు. ఎంతో వ్యయ, ప్రయాసల కోర్చి వ్యావహారిక భాషా వినియోగానికి అనుకూలంగా బ్రిటీషు పాలకుల చేతనే ఉత్తర్వు వెలువరింపజేసిన రామమూర్తి పంతులుగారు ధన్యులు. వ్యవహారిక భాష వికసించినన్నాళ్లు గిడుగు రామమూర్తి పంతులు గారి పేరు మారు మ్రోగుతూనే ఉంటుంది, తెలుగు జాతిని మేల్కొలుపుతూనే ఉంటుంది.

భావవీణ మాసపత్రికలో ఫిబ్రవరి 2014 న ప్రచురితమైన వ్యాసం

ఆధ్యాత్మిక విదుషీమణి- తరిగొండ వెంగమాంబ

బాల్యంలో ఓనమాలు కూడా గురువుల వద్ద అభ్యసింపకపోయినా, యోగవిద్యాపాటవంతో, పరిపూర్ణ భక్తిరసార్ద్ర చిత్తంతో అపూర్వ సారస్వత శక్తిని సాధించి, శ్రీవేంకటాచల మాహాత్మ్యాది అమృతకావ్యాలను వెలయించిన మహాకవయిత్రి తరిగొండ వెంగమాంబ.

మహాభక్తురాలు, మహాకవయిత్రి, తపశ్శాలిని, మాతృశ్రీ తరిగొండ వెంగమాంబ. ఈమె కలియుగప్రత్యక్షదైవమైన శ్రీ వేంకటేశ్వరస్వామివారి పరమ భక్తురాలు. ఆధ్యాత్మికరంగంలోగొప్ప విదుషీమణిగా వాసికెక్కారు.

బాల్యం, వివాహం :

వెంగమాంబ చిత్తూరుజిల్లా వాల్మీకిపురం మండలం తరిగొండగ్రామంలో క్రీ.శ. 1730 ప్రాంతంలో జన్మించింది. తరిగొండ వాస్తవ్యులు, నందవరీకశాఖీయులు, వశిష్ఠ గోత్రులు అయిన కానాల కృష్ణయామాత్యుడు మంగమాంబలు ఆమె తల్లిదండ్రులు. ఆ గ్రామంలో వెలసిన శ్రీలక్ష్మీ నరసింహస్వామి భక్తురాలు వెంగమాంబ. ఆమెకు దైవభక్తి సహజంగా అలవడింది. తల్లిదండ్రులు ఆమె ముగ్ధభక్తికి తొలుత సంతోషించినప్పటికీ రానురాను తన్మయత్వంతో నాట్యం చేస్తూ, పాటలు పాడుతూ, మైమరచి పోయేస్థితికి చేరుతూ ఉండటం వల్ల, ఆ బాలిక భక్తిధోరణిని నిరుత్సాహపరుస్తూ వచ్చారు. అయినా ఫలితం కనబడనందువల్ల బాల్యంలోనే శ్రీవత్సగోత్రుడూ, చిత్తూరుకు సమీపమందలి నారగుంటపాళెం వాస్తవ్యుడూ అయిన ఇంజేటివేంకటాచలపతితో వివాహం చేసారు. విధివశాత్తు వివాహమైనకొన్నాళ్లకే ఆమె భర్త మరణించాడు. పూర్వాచారం ప్రకారం తన ముత్తైదువచిహ్నాలను తొలగించటానికి ఆమె అంగీకరించలేదు. "భగవంతుడైన వేంకటాచలపతియే నా పతి దేవుడు కావున నేను సువాసినిగానే ఉంటున్నాను" అని భీష్మించుకుంది.

తిరుమలలో నివాసం:

ఆ తరువాత వెంగమాంబ రూపావతారం సుబ్రహ్మణ్య దేశికుడనే గురువర్యుని వద్ద బ్రహ్మవిద్యను, యోగాభ్యాస విధానాన్ని ఉపదేశపూర్వకంగా నేర్చుకుంది. తరిగొండ లక్ష్మీ నృసింహస్వామి వారి దేవాలయంలో ఎడమవైపున ఉన్న నిలువెత్తు ఆంజనేయ స్వామి విగ్రహం చాటున కూర్చుండి, తరచుగా యోగసమాధిలో నిమగ్నమవుతూ ఉండేది. ఒకరోజు ఆలయార్చ కుడది గమనించి, ఆమెను బయటకు లాగి వేశాడు. ఆ సంఘటన జరిగిన మరుక్షణాన్నే యోగిని అయిన వెంగమాంబ దైవప్రేరణతో తరిగొండను వీడి, అడవిదారుల గుండా పయనించి తిరుమలక్షేత్రాన్ని చేరుకున్నది.

అక్కడ ఉత్తరమాడ వీథిలో చిన్నఇంటిని తననివాసంగా చేసుకున్నది. ఆమె ఇంటిపక్కనే అక్కారాం వేంకట్రామదీక్షితులనే అర్చకులపెద్ద నివసించేవాడు. ఆయన మూలంగా ఆమెకు కొన్ని కష్టాలు ఎదురయ్యాయి. అందువల్ల వెంగమాంబ తిరుమల ఆలయానికి దాదాపు పదిమైళ్లదూరంలో నెలకొని ఉన్న 'తుంబురుకోన' అనే దట్టమైన అరణ్యప్రదేశానికి చేరుకున్నది. అక్కడ కొండ గుహలో కొన్ని సంవత్సరాలు తీవ్రంగా తపస్సు చేసి, అపూర్వమైన సాక్షాత్కా రానుభూతిని పొందింది.

ఆధ్యాత్మికరచనలు:

వెంగమాంబ తుంబురుకోన నుండి, మరల తిరుమల చేరిననాటినుండీ ఆమె గొప్పతనం అందరికి తెలుస్తూ వచ్చింది. తన ఆలోచనను రచనారంగానికి మరల్చింది. ఆమె లేఖిని నుండి విష్ణుపారిజాతం (యక్షగానం), రమాపరిణయం (ద్విపద కావ్యము) చెంచునాటకం (యక్షగానం), శ్రీకృష్ణమంజరి (మంజరీద్విపదలో రచింపబడినసుందరస్తుతి), శ్రీ రుక్మిణీ నాటకం (యక్షగానం), గోపికానాటకం (యక్షగానం), శ్రీవేంకటాచలమాహాత్మ్యం (పద్యకావ్యం), అష్టాంగయోగసారం (పద్యకృతి), జలక్రీడావిలాసం (యక్షగానం), ముక్తికాంతావిలాసం (యక్షగానం), తత్త్వకీర్తనలు (ఆధ్యాత్మిక గేయములు), వాశిష్ఠ రామాయణం (ద్విపదకావ్యం) వెలువడ్డాయి.

ఇవేగాక ఆయా సన్నివేశాల్లో ఆశువుగా చెప్పిన పద్యాలు, శ్లోకాలు, పాటలు మొదలైనవి ఎన్నో ఉన్నాయి. ఆమె రచనలన్నీ తన ఇలువేల్పైన తరిగొండ లక్ష్మీనృసింహునికీ, ఇష్టదైవమైన తిరుమల వేంకటేశ్వరునికీ అభేదభావంతో అంకితం చేసింది.

ఈ విధంగా వెంగమాంబ సాహిత్యసేవలేగాకుండా, శ్రీవారి సేవలోనూ పాల్గొన్నది. శ్రీవారి ఏకాంతసేవాసందర్భంలో 'నిత్యముత్యాలహారతి' కైంకర్యాన్నిసైతం శాశ్వతంగా నెలకొల్పింది. ఈ కైంకర్యాన్నిబట్టే 'తాళ్లపాకవారిలాలి- తరిగొండ వారిహారతి' అనే సూక్తి పుట్టింది.

ఈ విధంగా వెంగమాంబ తన జీవితాన్ని ఒకవైపు సాహితీసేవకు, మరొక వైపు శ్రీస్వామి వారికైంకర్యాలకు, ఇంకొక ప్రక్క శిష్యులకు, శిష్యురాండ్రకు తత్త్వోదేశాలు చేయుటకూ ఉపయోగిస్తూ, సహస్రచంద్రదర్శనం గావించి, క్రీ.శ. 1817న ఈశ్వర నామసంవత్సరం శ్రావణమాసంలో శాశ్వతంగా దైవసన్నిధికి చేరుకున్నది.

సప్తగిరి మాసపత్రికలో మార్చి 2014న ప్రచురితం

రామాయణ కావ్యం - దుఃఖ సంఘటనలకు నిలయం

ప్రవేశిక:

వేదవేద్యుడైన భగవంతుడు అయోధ్యానగరంలో శ్రీరాముడిగా ఆవిర్భవించగా, వేదము అతని జీవన విధాన సారాంశం వివరించే రామాయణ గాథకు ఆత్మగా అవతరించిందని పురాణ వాక్యం. రామాయణము రాముని దివ్యచరితము మాత్రమేకాదు. ఘనశీలపతి సీత కథ కూడా. రామాయణం నూరు కోట్ల శ్లోకాల సంపుటి అని ప్రతీతి. వాటిలో కనీసం ఒక శ్లోకమైనా, పాదమైనా, పదమైనా, అక్షరమైనా మనసు ఉంచి చదివినా, చదవాలని తలచినా చాలునని వింటే లేదా వినాలని తలచినా చాలని. అందులోని ప్రతి అక్షరం మహాపాతక నాశకమవుతుందని భారతీయులు ప్రగాఢంగా విశ్వసిస్తున్నారు.

రామాయణ ప్రాశస్త్యం:

అలనాడు త్రేతాయుగంలో బ్రహ్మ ఆదేశానుసారం, నారదుని ఉపదేశం పొందిన వాల్మీకి రామాయణ గాథను 24,000 శ్లోకాలలో రమణీయంగా రాశాడు. ఇది వివిధములైన సామాజిక, నైతిక, ధార్మిక విషయముల ప్రబోధములకు పెన్నిది. ఇందులో అవతార పురుషుడైన శ్రీరామ చంద్రుని యొక్క దివ్యములైన మానుషలీలలు సర్వాంగ సుందరంగా చిత్రింపబడ్డాయి. ఇంకా జగజ్జననియైన సీతాదేవి ఆదర్శవంతమైన పాతివ్రత్యం, భరతుని నిరుపమానమైన భ్రాతృభక్తి, త్యాగ గుణం, దశరథ మహారాజు అపూర్వమైన వాత్సల్యం, కౌసల్యాదేవి మహోన్నత సౌజన్యం, ఆదర్శప్రాయమైన శ్రవణ కుమారుని పితృభక్తి, హనుమంతుని సాటిలేని స్వామి భక్తి, విభీషణుని అసాధారణమైన న్యాయ దృష్టి, శ్రీరాముని యెడల ప్రజలకున్న స్వాభావికములైన గాఢానురాగాలు సందర్భానుసారంగా చక్కగా వర్ణించబడ్డాయి.

పురుషోత్తముడైన శ్రీరామచంద్ర ప్రభువుకు అందరి ఎడలగల సంపూర్ణమైన దయ, చక్కని శ్రద్ధాదరములు, ప్రేమానురాగాలు, వీటన్నిటితో కూడిన వ్యవహారసరళి

ఇందు సాంగోపాంగంగా ప్రతిపాదింపబడ్డాయి. ఇందలి శ్లోకాలన్నీ మిక్కిలి మధురాలు, రుచిరాలు. ఇవి మహా కావ్యోచితమైన గుణాలతో, శబ్దార్థాలంకారాలతో సుశోభితాలు. రాగతాళయుక్తంగా గానం చేయుటకు అనువైనవి, గంభీరార్థయుక్తమైనవి. సమయోచితంగా ఇందు శృంగార, వీర కరుణాద్భుతాది నవరసములు పరిపుష్టములైనవి. ఈ నవరసాలకు రామాయణం కుదురే అయినను కరుణ రసం మాత్రం దీనికి ప్రాణం. శ్రీరాముడు వనవాసం వెళ్లటం, శ్రావణ కుమారుని మరణం, వాలి మరణం, సీత వన వాసక్లేశం, రావణ వధానంతరం మండోదరి దుఃఖించుట వంటి సందర్భాల్లో కరుణరసం పోషించబడింది. రామాయణం ఎంత రమణీయ కావ్యమో అంతగా రసరమ్య కావ్యంగా వాసికెక్కింది. రామాయణంలో పోషించబడినంత కరుణ రసం మరే కావ్యాలలోనూ లేదు. భారతీయ వాఙ్మయంలో మొదటి గ్రంథమైన రామాయణం కరుణ రసానికి ఆయువుపట్టుగా ఉంది.

దశరథుని దుఃఖం:

శ్రీరాముడు వనవాసానికి వెళ్లినపుడు దశరథుడు, కౌసల్య పురప్రముఖులు చాలా దుఃఖించారు. అరణ్య వాసానికి వెళ్లబోతూ తండ్రి ఆశీస్సులు తీసుకొనుటకు వచ్చిన శ్రీరాముని చూచి దశరథుడు స్పృహను కోల్పోయి నేలపైన పడ్డాడు. కొంత సేపటికి తేరుకొని రామునితో ఇలా అంటాడు.

"నాయనా ! రామా ! నీవు వెళ్లి రమ్ము. నీకు ఇహపరలాభాలు చేకూరు గాక. నీ ప్రయాణములు శుభముగా, సుఖముగా సాగుగాక. అరణ్యంలో నీకు ఏ జంతువు వలనను, ఎవరి చేతను భయ ప్రమాదములు కలుగకుండు గాక. క్షేమముగా తిరిగి రమ్ము" అని ఆశీర్వదించాడు.

అయోధ్యపౌరుల దుఃఖం:

సీతాదేవి నార చీరలు ధరించునపుడు అంతఃపుర స్త్రీలు దుఃఖిస్తారు. శ్రీరాముడు, లక్ష్మణుడు నార వస్త్రాలు ధరించి అరణ్య వాసానికి బయలుదేరి పోతుండగా, వారిని చూచి పుర ప్రజలు మిక్కిలి దుఃఖించారు. వారి దుఃఖాన్ని ఇలా

వర్ణించాడు.

శ్లో॥ రుదితాశ్రు పరిద్యూనం హాహాకృతమచేతనమ్ ।
ప్రయాణే రాఘవస్యాసీత్ పురం పరమ పీడితమ్ ।
సుస్రావ నయనైః స్త్రీణామ్ అస్రమాయస సంభవమ్ ।
మీన సంక్షోభచలితైః సలీలం పంకజైరివ ।

(శ్రీ మద్రామాయణం - అయోధ్య కాండం - సర్గ - 40 - శ్లోకం 34-35)

శ్రీరాముని వన ప్రస్థాన కారణంగా పురప్రజలెల్లరు మిక్కిలి పరితాపానికి లోనయ్యారు. హాహా కారాలతో వారు అచేతనులయ్యారు. వారి కన్నీటి జలాలతో ఆ నగరమంతా తడిసిపోయింది. సరస్సులోని చేపల గంతులతో బాగుగా కదలిన కమలముల నుండి జారిపడుచున్న నీటి బిందువుల వలె స్త్రీల కళ్ల నుండి దుఃఖాశ్రువులు స్రవించాయి. పురప్రజలందరు మూకుమ్మడిగా వ్యాకుల చిత్తులగుట చూచి దశరథ మహారాజు దుఃఖాయాసంతో స్పృహ తప్పి మొదలు నరికిన చెట్టువలె నేలపై కూలిపోయాడు. దుర్భర దుఃఖంతో కృశించియున్న మహారాజును చూచి శ్రీరాముని రథానికి వెనుకభాగాన ఉన్న ప్రజలందరూ హాహాకారాలు చేశారు. అచట చేరియున్న జనాలలో కొందరు అయ్యో ! రామా ! అని, అయ్యో ! కౌసల్యాదేవీ ! అని గుండెలను బాదుకుంటూ ఏడ్చారు. అంతఃపురజనులు ఆక్రందనలు చేశారు. అయోధ్యనగరంలోని ఆబాలగోపాలం దుఃఖసాగరంలో మునిగిపోయారు.

కౌసల్య దుఃఖం:

శ్రీరాముడు వనవాసానికి వెళ్లగానే కౌసల్య తన భర్త అయిన దశరథుని వద్దకు చేరి మిక్కిలి విలపిస్తుంది. లేగ దూడకు తల్లియైన గోవువలె నాకూ పుత్రుడనిన ప్రాణము. క్రూరజంతువైన సింహం ఆవు నుండి లేగ దూడను దూరం చేసినట్లు నన్నుకైక నా కుమారుని నుండివేరు చేసిందని దుఃఖిస్తుంది. గ్రీష్మకాలమందు తీక్షణ ప్రతాపంతో ఉండు సూర్యభగవానుడు తన వేడి కిరణాలతో భూమిని తపింపజేసినట్లు పుత్రుని ఎడబాటు వలన కలిగిన ఈ శోకాగ్ని నన్ను తీవ్రంగా దహించి వేస్తున్నదంటుంది

కౌసల్య. వీరి దుఃఖంతో పురప్రజలు కొందరు భాగం పంచుకుంటూ ఉండుటయే గాక రామునితో కూడి వనవాసానికి బయలుదేరుతారు. వారిని శ్రీరాముడు సున్నితంగా ఓదార్చి వెనక్కు పంపుతాడు.

వృద్ధముని దంపతుల దుఃఖం:

యువరాజుగా ఉన్నపుడు దశరథుడు ఒక రోజు వేటకు వెళ్లి పొరబాటుగా ఒక ముని బాలునిపై జంతువనుకొని బాణ ప్రయోగం చేస్తాడు. ఆ బాణపు దెబ్బకు ఆ బాలుడు మరణిస్తాడు. ఆ విషయాన్ని ఆ ముని బాలకుని తల్లిదండ్రులకు తెలిపి వారి కోరిక మేరకు వారిని అక్కడికి తీసుకొస్తాడు. వారు కన్నీరు మున్నీరుగా దుఃఖిస్తూ కొడుకు కళేబరాన్ని స్పృశిస్తూ ఇలా అంటారు.

పుత్రా ! పంచప్రాణాలు నీపైననే పెట్టుకొని అనుక్షణమూ నీకై పరితపించుచున్న నీ తల్లి ఇదిగో ! ఇచటనే ఉన్నది. ఈమె అంధురాలు, పైగా వృద్ధురాలు. ఇట్టి దీనురాలిని నేనెట్లు భరింపగలను. నీ యెడబాటు కారణంగా మేమిద్దరమూ శోకంలో మునిగి దీనులమై ఉన్నాము. ఈ వనములో దిక్కులేని వారమయ్యాము. కావున ఇప్పుడే మేము ఇరువురమూ నీతో కూడి యమలోకానికి వస్తాము అంటూ కన్నీరు మున్నీరుగా ఏడుస్తారు. ఆ బాలుని పేరే శ్రావణ కుమారుడు. వారిని ఎంతగానో ఓదారుస్తాడు దశరథుడు. అయినా వారి దుఃఖాన్ని ఉపశమింపజేయలేక పోతాడు. జంతవనుకొని కుండతో నీరు ముంచుకుంటున్న బాలుని పై శబ్ద భేది ప్రయోగించి ఘోరకృత్యానికి పాల్పడ్డానని దశరథుడూ దుఃఖించాడు.

తార దుఃఖం:

శ్రీరాముని చేత వధింపబడిన వాలి భౌతిక కాయాన్ని చూసి అతని భార్య తార ఎంతగానో దుఃఖిస్తుంది. ఓ ప్రాణేశ్వరా ! మన పుత్రుడైన అంగదుని ఊరడింపుము. అతనికి సందేశం ఇమ్ము అంటుంది. ఇంకా ఇలా రోదిస్తుంది.

శ్లో॥ కిం మా మేవం విలపతీం ప్రేమ్ణాత్వం నా భిభాష సే ।
ఇమాః పశ్య వరా బహ్వీః భార్యాస్తే వానరేశ్వర ।

(కిష్కింధ కాండం - సర్గ - 20 - శ్లోకం 20)

నేను ఎంతగా విలపించుచున్నను ప్రేమతో మాట్లాడవేమి ? అని ఏడుస్తూ అంటుంది. అప్పుడు వానర స్త్రీలందరూ బిగ్గరగా ఏడుస్తారు. తన తండ్రి మరణానికి అంగదుడు కూడా ఎంతగానో దుఃఖిస్తాడు. దుఃఖ భారంతోనే తండ్రికి అంతిమ సంస్కారాలు చేస్తాడు.

శ్రీరాముని దుఃఖం:

సీత రావణుని చేత అపహరణకు గురైనపుడు శ్రీరాముడు ఎంతగానో ఆక్రందిస్తాడు. కనిపించిన చెట్టు, పుట్ట, పక్షి, జంతువులను అడుగుతాడు. తన దుఃఖాన్ని సోదరుడైన లక్ష్మణునితో పంచుకుంటాడు. ఓ లక్ష్మణా ! నా ప్రేమ పెన్నిధియైన సీతను నీవు ఎచ్చటనైననూ చూచితివా ? శుభ స్వరూపురాలవైన ఓ ప్రియురాలా ! సీతా ! ఎచ్చటికి వెళ్లితివి ? అని శ్రీరాముడు మాటి మాటికి విలపించుచూ వనములో పరిగెత్తాడు. అతడు మిక్కిలి శోకంలో మునిగి ఉండుట వలన సీత ఎదుట లేకున్ననూ ఆమె తన సమ్ముఖమున నిలిచియున్నట్లే భ్రమకు లోనయ్యాడు. ఆమె కొరకు చుట్టు ప్రక్కలంతా గాలించాడు. సీత లేనిదే తానిక జీవించలేనని, తనను ఈ అడవిలోనే వదలి అయోధ్యకు వెళ్లాలని లక్ష్మణుని కోరతాడు. సీతను రాక్షసులు అపహరించి సంహరించి తిని ఉంటారని చెబుతూ బిగ్గరగా ఏడుస్తాడు.

రావణుని దుఃఖం:

తన కుమారుడైన ఇంద్రజిత్తు మరణానికి రావణుడు ఎంతగానో దుఃఖించాడు. ఇంద్రజిత్తు ఒక్కడు చనిపోయి నాకు దూరమయ్యాడు. అతడు గతించటంతో ఈ భూమండలమంతా నాకు శూన్యంగా కనబడుతున్నది అంటాడు. ఇంకా ఇలా అంటాడు.

'ఓ మహావీరా ! నీ మాతృ మూర్తిని, నన్ను, నీ భార్యను, రాక్షసులను, యువరాజ్యాన్ని చివరికి ఈ లంకను విడిచి ఎక్కడికి వెళ్లావు ? ఓ శూరుడా ! సహజముగా నేను ముందుగా మరణించుట, అప్పుడు నీవు నాకు ప్రీత కార్యాలు చేయుట జరగవలసి ఉన్నది. అట్టిది నేడు తారుమారైంది అని విలపించాడు.

15

అదేవిధంగా కుంభకర్ణుని మరణ వార్త విని రావణుడు ఎంతగానో దుఃఖించాడు. ఇంద్రజిత్తు మరణ వార్త వినగానే లంకలో విషాద వాతావరణం అలుముకున్నది. రాక్షసులు దుఃఖంలో మునిగిపోయారు.

రాక్షస స్త్రీల దుఃఖం:

మహాత్ముడైన శ్రీరాముని చేతిలో రావణుడు నిహతుడైనట్లు విని రాక్షస స్త్రీలు అందరూ అంతులేని శోకంతో అంతఃపురం నుండి బయలుదేరారు. జనులు పెక్కు విధాల వారిస్తున్నా వినకుండా ధూళిలోబడి పొరలాడేరు. దూడలను కోల్పోయిన ఆవులవలె వారు శోకార్తులయ్యారు. వారు యూధపతిని కోల్పోయిన ఆడ ఏనుగులవలె పెడబొబ్బలు పెట్టారు. ఆ రావణునిపై గల ప్రేమ కొలది వారిలో ఒకతె అతనిని కౌగలించుకొని, వేరొక స్త్రీ అతని కాళ్లను గుండెలకు హత్తుకొని, మరొక స్త్రీ అతని కంఠస్థానమును పెనవేసుకొని ఏడ్వసాగిరి.

మండోదరి దుఃఖం:

ఇక రావణుని పెద్ద భార్య మండోదరి దుఃఖానికి హద్దు లేకుండా పోయింది. నాథా ! నాకు వైధవ్యమును తెచ్చి పెట్టెడి నీ మృత్యువు ఇట్లు కలుగునని మందభాగ్యురాలనైన నేను ఎప్పుడునూ ఊహింపనైతిని. నేను దానవరాజైన మయుని కుమార్తెను. రాక్షస ప్రభువైన రావణునకు భార్యను. నా కుమారుడైన మేఘనాథుడు ఇంద్రుని జయించిన వాడని గర్వపడుచుండెడిదానను. కానీ నేడు నీ మరణాన్ని చూడవలసిన దుస్థితి నాకు పట్టింది అని దుఃఖించింది. ఇంకా సీత లక్ష్మణుడు వివిధ సందర్భాల్లో దుఃఖించారు.

ముగింపు:

రామాయణ కావ్యం ఆమూలాగ్రం పరిశీలిస్తే ప్రతి ఘట్టంలోనూ, సన్నివేశాల్లోనూ, ప్రతికాండంలోనూ దుఃఖం వర్ణించబడింది. ఒక్క మాటలో చెప్పాలంటే రామాయణం మొత్తం దుఃఖమయమే. సంస్కృత వాఙ్మయంలో రామాయణమంతటి దుఃఖ సన్నివేశాలు, సంఘటనలు ఉన్న గ్రంథం మరొకటి కనిపించదు. ఏ కావ్యంలోనైనా

కరుణ రసాత్మక సన్నివేశాలు ఒకటో రెండో ఉంటాయి. కానీ రామాయణంలో మాత్రం కరుణ రసప్లావిత సంఘర్షణ ఘట్టాలే కనిపిస్తాయి.

వాల్మీకి మహర్షిని అనుసరించిన భవభూతి 'ఏకోరసః కరుణ ఏవ' అన్నాడు. అందరి జీవితాల్లోనూ కరుణతో కూడిన అనుభవాలుంటాయి. అయితే అట్టివాటిని చాలామంది బయట పెట్టరు. తమలో తామే కలవరిస్తూ పలవరిస్తూ ఉంటారు. దశరథ మహారాజుకు సంతానం కలగకపోవటం, కైక కోరిన వరాలు, రాముని అరణ్య వాసం, అహల్య వృత్తాంతం, ఖరదూషణుల మరణం, జటాయువు మరణం, శబరి వృత్తాంతం, వాలి మరణం, సీతాపహరణం, మేఘనాధుని మరణం, రావణుని మరణం వంటి ఎన్నో ఘటనలు సంభవించాయి. రామాయణంలో ప్రశాంతంగా మనుగడ సాగించిన పాత్ర ఇంచుమించు కనబడదు.

రామాయణంలో తండ్రులే ఎక్కువగా దుఃఖాల బారిన పడ్డారు. దశరథుడు, వాలి, విభీషణుడు రావణుడు ఆకోవకు చెందుతారు. ఇక స్త్రీల విషయానికొస్తే సీత, శూర్పనఖ, తార, మండోదరిలు దుఃఖ భాజనులుగా కనిపిస్తారు. ఏది ఏమైనా మన జీవిత మూల్యాలు రామాయణంలో దాగి ఉన్నాయి. వాటిని అవగాహన చేసుకొని మసలుకుంటే మనకు దుఃఖాన్ని కలిగించే వారూ, ఉండరు. ఆ కరుణ రస ధర్మ సూక్ష్మాలు గుర్తించి మసలుకోవాలని మనలను వాల్మీకి మహర్షి రామాయణం ద్వారా హెచ్చరించాడు.

హిందీ విభాగము, శ్రీ వేంకటేశ్వర ఓరియంటల్ డిగ్రీ మరియు పి.జి.కళాశాల తిరుమల తిరుపతి దేవస్థానములు తిరుపతి వారు "రామకథ: జీవన్, సాహిత్య ఏవం కళ" అనే అంశంపై ఫిబ్రవరి 7-8, 2015నాడు నిర్వహించిన జాతీయ సదస్సులో సమర్పించిన వ్యాసం.

మన సంస్కృతికి ప్రతిబింబం – సామెతల వాడకం

సామ్యం అంటే పోలిక. ఆ పదం నుండి 'సామెత' పుట్టిందని పరిశోధకులు భావిస్తున్నారు. ప్రకటించదలచుకున్న అభిప్రాయాన్నంతా వివరంగా చెప్పవలసిన పని లేకుండా ఒక వాడియైన వాక్యంలో సూటిగా చెప్పడానికి ప్రతిభాషలోనూ వీలుంటుంది. అట్లాంటి వీలైన వాక్యాలనే సామెతలు అంటారు. ఒకే భాషా వ్యవహర్తలకు అది అర్థమైనంతగా ఇతర భాషా వ్యవహర్తలకు అవగాహన కాదు. ఒకవేళ అర్థమైనా మాతృ భాషీయులకు కలిగిన భూతులు పరభాషీయులకు కలుగదు. ఉన్న విషయాన్ని స్పష్టంగా చెప్పడానికీ, మనస్సుకు హత్తుకొనేటట్లు చెప్పడానికీ, అందంగా చెప్పడానికి సామెతలు చక్కగా ఉపయోగపడుతాయి. ఏ భాషలోని సామెతలకైనా ఈ నియమం వర్తిస్తుంది.

సంక్షిప్తంగా ఉండటం ప్రచారంలో ఉండటం, చెప్పదలచుకున్న దానిని ప్రభావవంతంగా చెప్పడం, ప్రయోజనకరమైన ఒక ఆలోచనను వెల్లడించేది కావటం, పదే పదే పది మందీ వాడేది అయి ఉండటం, దృష్టాంత పూర్వకంగా చెప్పటం ఆలంకారికంగా చమత్కారవంతంగా చెప్పటం. లోకజ్ఞానానికీ జాతి అనుభవానికి సరిపడి ఉండటం, వాక్య రూపంలో ఉండటం, యతిప్రాసలు ఉండటం వంటి లక్షణాలు సామెతకు ఉంటాయి. అయితే పైన చెప్పిన అన్ని లక్షణాలు ప్రతి సామెతకు ఉండాల్సిన అవసరం లేదు. ఏవో కొన్ని ఉండచ్చు లేదా ఏదో ఒక లక్షణమైనా ఉండచ్చు. ఈ సామెతలు ప్రజల జీవిత అనుభవం నుండి పుట్టుకొచ్చాయి. సాహిత్యంలోని అన్ని అంశాల వలె సామెతలకూ జన్మస్థలం జానపదులే. ఈ జానపద విజ్ఞానమే భాషాపరంగా, చంధోపరంగా సంస్కరించబడిన శిష్ట సాహిత్యంగా పరిణామం చెందిందని భావించవచ్చు. అయితే అంతమాత్రం చేత జానపదం తక్కువేమీ కాదు.

సామెతలను జానపదులు అలవోకగా మాట్లాడతారు. సమయం సందర్భాలకు అనుకూలంగా జానపదుల నోటి వెంట సామెతలు గంగా ప్రవాహంలాగా

వెలువడుతాయి. ఒక్క మాటలో చెప్పాలంటే వాళ్ల సంభాషణలన్నీ సామెతలను ఆధారంగా చేసుకునే నడుస్తుంది. పెద్దలు చెప్పినట్లు పిల్లలు నడుచుకోవాలన్నది సార్వకాలిక సత్యం. అయితే కొందరు పిల్లలు పెద్దలు చెప్పిన మాటలు వినరు. అట్టి వారిని ఏదో రకంగా దారిలో పెట్టటానికి ప్రయత్నించాలంటారు. ఆ సందర్భంలో తల్లిదండ్రులు గానీ, పెద్దలు గానీ, ఇతరులు గానీ ఆ పిల్లలను ఉద్దేశించి పెద్దలతో "మొక్కై వంగనిది మానై వంగునా!" అంటారు. చిన్న మొక్కగా ఉన్నపుడు మనం వంచలేక పోతే అటు తరువాత అది పెరిగి పెద్దదై మానుగా తయారయ్యాక వంగుతుందా ! (వంగదు గదా !). అందువల్ల పిల్లలను చిన్నప్పటి నుంచీ సక్రమ దారిలో నడిపించాలనే హితం ఈ సామెతలో దాగి ఉంది. ఈ దృక్పథంతో మనం సామెతలను పరిశీలించినపుడు నీతికి, హితాన్ని, కర్తవ్యాన్ని, హెచ్చరిక, సూచనను, జీవితానుభవాన్ని, సూచించేవిగా ఉంటాయి. ఈ సామెతలే శిష్ట సాహిత్యంలోనూ అపారంగా చేరిపోయాయి. 'పోయిన కాలం మంచిది' అని జానపదులంటే, దానిని 'గత కాలము మేలు వచ్చు కాలము కంటెన్' అని నన్నయ శిష్ట సాహిత్యంలో అభివ్యక్తం చేశాడు. ఈ కోణంలో మనం పరిశీలిస్తే తెలుగులో లక్షకు పైగా సామెతలున్నట్లు తెలుస్తున్నది. వాటిని స్వరూపం, స్వభావం, సందర్భం, ప్రకృతి, జీవజాలం వంటి అంశాలను ఆధారంగా చేసుకొని భిన్న వర్గాలుగా విభజించవచ్చు.

1) మానవ స్వభావాన్ని తెలిపే సామెతలు:

అవకాశవాదంతో మనిషి ఎలా నడుచుకుంటాడో ఈ సామెతలు చక్కగా సూచిస్తున్నాయి.

1. అందితే జుట్టు - అందకపోతే కాళ్లు
2. అంచులేని గిన్నె - అదుపులేని పెళ్లాం
3. అందని ద్రాక్ష పండు - పుల్లన
4. అక్కర ఉన్నంతవరకు సత్యనారాయణ - అక్కర తీరితే ఉత్తనారాయణ
5. అగ్గిమీద గుగ్గిలం

6. అడిగేవాడికి చెప్పేవాడు లోకువ

7. అత్తను కొట్టి - కోడలు ఏడ్చినట్లు

8. ఏ ఎండకా గొడుగు

ఇలాంటి సామెతలన్నీ మనుషుల స్వభావాన్ని తెలియజేస్తాయి.

2) ఐక్యమత్యాన్ని తెలిపే సామెతలు:

1. ఇరుగు చల్లన - పొరుగు చల్లన

2. ఇంటికొకపువ్వు - ఈశ్వరునికొక దండ

3. కలసి ఉంటే కలదు సుఖం

3) హేతుజ్ఞానరహిత సామెతలు:

కార్యకారణ సంబంధాన్ని తెలిపేది హేతువు. కారణం లేనిదే కార్యం జరుగదు. కారణం తెలుసుకొని నడుచుకుంటే కార్యం చక్కని ఫలితాన్ని ఇస్తుంది.

1. ఎద్దు ఈనిందంటే గాట్లో కట్టేయమన్నట్లు

2. కోడి గుడ్డుకు ఈకలు తీసినట్లు

4) తారతమ్యాన్ని తెలిపే సామెతలు:

రెండు వస్తువుల మధ్య తేడాను తెలిపే సామెతలు ఇలా ఉంటాయి.

1. ఉల్లి మల్లి కాదు - కాకి కోకిల కాదు

2. పేరు గొప్ప - ఊరు దిబ్బ

5) సాదృశ్యాన్ని తెలిపే సామెతలు:

మొదట చెప్పిన అంశానికి తరువాత చెప్పిన అంశానికి చక్కని పోలిక చెప్పే సామెతలను ఈవిధంగా చెప్పవచ్చు.

1. ఉదయాన్నే వచ్చిన చుట్టం - ఉదయాన్నే వచ్చిన వాన వుండవు.

2. ఊరంతా ఒక త్రోవ - ఉలిపిరి కట్టెది మరో త్రోవ

3. ఎదుట అన్నది మాట - ఎదాన పెట్టింది వాత

4. చేవలేని చేను - లేవలేని ఆవు

5. మాట వెండి - మౌనం బంగారం

6. వింటె భారతం వినాలి - తింటే గారెలు తినాలి.

6) జంతువులనాధారంగా చేసుకుని పుట్టిన సామెతలు:

1. ఎద్దును అడిగా గంత కట్టడం

2. ఎద్దు పుండు కాకికి ముద్దా

3. ఎనుబోతు మీద వాన కురిసినట్లు

4. ఏనుగు దాహమునకు చూరునీళ్లా

5. ఏనుగు మీద దోమ వాలినట్లు

6. కుక్కకు ఏ వేషం వేసినా మొరగక మానదు

7. చంకలో పిల్లిని పెట్టుకొని ఊరంతా వెదికినట్లు

8. జింక కన్నీరు వేటగానికి ముద్దా

9. నక్క ఎక్కడ - నాగ లోకమెక్కడా

10. పిల్లిశాపాలకు ఉట్లు తెగుతాయా

11. గుడ్డెద్దు చేలో పడ్డట్టు

జంతువులను ఆధారంగా చేసుకొని వాటి లక్షణాలను మనుషులతో పోలిక పెడుతూ చాలా సామెతలు వచ్చాయి.

7) పక్షులనాధారంగా చేసుకొని పుట్టిన సామెతలు:

పక్షులను ఆధారంగా చేసుకొని వాటి స్వభావాలను మనుషులకు అన్వయిస్తూ కొన్ని సామెతలు వెలువడ్డాయి.

1. ఏ గూటి చిలుకకు - ఆ గూటి పలుకే వస్తుంది.

2. కాకి పిల్ల కాకికి ముద్దు

3. గువ్వ గూడెక్కును - అవ్వ మంచమెక్కును

4. పక్షి మీద గురిపెట్టి మృగాన్ని వేసినట్లు

5. లోకులు - పలుకాకులు

6. పిచ్చుక మీద బ్రహ్మాస్త్రమా

8) వృక్షాలనాధారంగా చేసుకుని పుట్టిన సామెతలు:

చెట్లను ఆధారంగా చేసుకుని వాటి ఔన్నత్యాన్ని శ్లాఘిస్తూ చాలా సామెతలు పుట్టాయి. 'దశపుత్ర సమం వృక్షం' అంటుంది సంస్కృత సాహిత్యం. ఒక చెట్టు ఉంటే పది మంది బిడ్డలున్నంత స్థితితో సమానమని వేద వాఙ్మయం చెట్టుకు ఎంత ప్రాధాన్యమిచ్చిందో దీన్ని బట్టి మనకు స్పష్టంగా తెలుస్తున్నది.

1. ఏ చెట్టు లేని చోట వెంపలి చెట్టు మహావృక్షం
2. ఏటి ఆవలి ముత్యాలు - తాటి కాయలంతన్నట్లు
3. కానుగ చెట్టు నీడ - కన్నతల్లి నీడ
4. కాయ - తీగకు బరువుకాదు
5. గంజాయి తోటలో తులసిముక్క
6. మొక్కై వంగనిది - మానై వంగునా

9) శరీరవయవాలను ఆధారంగా చేసుకొని పుట్టిన సామెతలు:

శరీరవయవాలను ఆధారంగా చేసుకొని చాలా సామెతలు పుట్టాయి.

1. కంటికి రెప్ప - కాలికి చెప్పు
2. కడుపే కైలాసం
3. రెక్కాడితే గాని డొక్కాడదు
4. చేతుల కష్టం చెరువులో మన్ను
5. నోరు మంచిదైతే ఊరు మంచిదౌతుంది
6. ఏ పూజ తప్పినా పొట్ట పూజ తప్పదు
7. కడుపు కాలి ఏడుస్తుంటే - మనవర్తి ఏమిస్తవన్నదట

10) పురాణ పురుషులను ఆధారంగా చేసుకొని పుట్టిన సామెతలు:

1. కర్ణుడు లేని భారతం - శొంఠి లేని కషాయం

2. కుంభకర్ణుని నిద్ర

3. రామునికి సీత ఏమౌతుంది అన్నట్లు

4. రామాయణంలో పిడకల వేట

పురాణాలకు మన జీవితాలకు ఎడతెగని అనుబంధం ఉంది. మన వర్తనాన్ని పురాణ సంఘటనలతో పోల్చి చెబుతూ కొన్ని సామెతలు పుట్టాయి.

11) నీతిని బోధించే సామెతలు:

మనిషిని మనిషిగా నిలిపేది నీతి. నీతివంతంగా మనిషి జీవించినపుడే అతని జీవితానికొక సార్థకత ఉంటుంది. ఆ విషయాన్ని నొక్కి చెబుతూ ఎన్నో సామెతలు పుట్టాయి.

1. చిన్న పామునైనా పెద్ద కర్రతో కొట్టాలి.
2. నీటి మీద రాత.
3. పులిని చూచి నక్క వాత పెట్టుకున్నట్లు
4. దూరపు కొండలు నునుపు.
5. పెద్దలతో వాదు - పితరులతో పొందు
6. పేదవాని కోపం - పెదవికి తీట
7. పొంగేదంతా పొయ్యిపాలు
8. వ్యాధిరట్టు - సంసారం గుట్టు
9. సలహాలివ్వడం తేలిక - ఆచరించటం కష్టం

12) ప్రశ్నరూపంలోని సామెతలు

జానపదుల సామెతల్లో ప్రశ్నలూ ఉన్నాయి. అవి ప్రశ్నలుగా మనకు కనిపించినా, ఒకనీతో, ధర్మమో, హితమో, సూచనో ప్రత్యక్షంగానే ఉంటుంది. అలాంటి వాటిని కూడా జానపదులు సృష్టించారు.

1. అడ్డాల నాడు బిడ్డలు గానీ, గడ్డాలనాడు బిడ్డలా ?
2. అద్దెకు వచ్చిన గుర్రాలు అగడ్తలు దాటుతాయా ?

3. కండ్లకు దూరమైతే చెవులకు దూరమా ?

4. కుండ మూయనంది గానీ - జగం మూయనందా ?

5. పండ్లూడ గొట్టుకోను - ఏ రాయైతే నేం

13) వావి వరుసలను ఆధారంగా చేసుకుని పుట్టిన సామెతలు:

మానవ జీవితమే వావి వరుసల మీద ఆధారపడి ఉంది. అందులో ఏమాత్రం తేడా వచ్చినా లారీల్లాంటి మాటలను ఝుళిపిస్తూ జానపదులు సామెతలను సృజించారు.

1. అంగట్లో అన్నీ ఉన్నా అల్లుడి నోట్లో శనియన్నట్లు
2. అత్త మీద కోపం దుత్త మీద చూపినట్లు
3. అలిగి అత్తవారింటికి - చెడి చెల్లెలింటికి పోరాదు
4. ఆలి మాట విన్నవాడు - అడవిలోపడ్డవాడు ఒకటే
5. ఒక కొడుకు కొడుకూ కాదూ ! ఒక చెట్టు తోపూ కాదు
6. కోడలు మెత్తనైతే - అత్త కొరివౌతుంది.
7. తల్లి చస్తే నాలుక చచ్చినట్లు - తండ్రి చస్తే కళ్లుపోయినట్లు
8. పడుగుపేక కలిస్తే గుడ్డ - ఆలు మగలు కలిస్తే ఇల్లు
9. మొగుడు కొట్టినందుకు కాదు గాని, తోడి కోడలు నవ్వినందుకు

పుట్టుక నుంచి గిట్టే వరకూ, అన్ని వృత్తుల మంచి చెడ్డల గురించీ, ప్రకృతి పరిణామాల గురించీ, జీవనశైలి గురించీ - ఒక్కటవడమెందుకు మనిషి జీవితంలోని ప్రతి పార్శ్వాన్ని స్పృశిస్తూ, అతనితో ఉన్న అనుబంధ అంశాలను గురించి సహేతుకంగా, సవిమర్శకంగా సామెతలు పుట్టుకొచ్చాయి. అయితే ఇటీవలి కాలంలో పరభాషా వ్యామోహం కారణం గానో, ప్రపంచీకరణ మూలంగానో, జీవనశైలి కారణంగానో, మాట్లాడే తీరు మారినందుననో ఇంకా ఇతరత్ర కారణాల వల్లనో సామెతల వినియోగం బాగా తగ్గిపోతున్నది. ఈ పరిణామం ఏ భాషా ప్రజల సమూహానికైనా, సాహిత్యానికైనా, సంస్కృతికైనా కీడు చేస్తుందే గాని ఇసుమంతైనా మంచి చేయదు. ఈ విషయాన్ని మేధావులు ఆలోచించి చక్కని తెలుగులో సామెతలను ప్రయోగిస్తూ సంభాషించాలి.

ఏదో సామెత చెప్పినట్లు 'కంచె చేను మేస్తే' ఎలా ఉంటుందో మనం సామెతలు ప్రయోగించకపోతే మన భాషా సంస్కృతి అలాగే ఉంటుంది.

ఆధార గ్రంథాలు:

1. తెలుగు జానపద విజ్ఞానం - ఆచార్య ఎన్. భకవత్సల రెడ్డి, పొట్టి శ్రీరాములు తెలుగు విశ్వవిద్యాలయం, హైదరాబాదు, డిసెంబరు - 2012.
2. ఆంధ్రుల జానపద విజ్ఞానం - ఆర్.వి.ఎస్.సుందరం, ఆంధ్రప్రదేశ్ సాహిత్య అకాడమీ, హైదరాబాద్ - 1983.
3. నాల్గవ ప్రపంచ తెలుగు మహాసభలు - ప్రత్యేక సంచిక - పొట్టి శ్రీరాములు తెలుగు విశ్వవిద్యాలయం, హైదరాబాదు, డిసెంబరు - 2012.
4. తెలుగు సామెతలు - సం॥ ఉమాశంకర్ - శ్రీ మాధురి పబ్లికేషన్స్, విజయవాడ - 1997.

తిరుపతి, శ్రీ వేంకటేశ్వర విశ్వవిద్యాలయం, తెలుగు అధ్యయన శాఖ మరియు దాక్షిణాత్య జానపద విజ్ఞాన సంస్థ (FOSSILS) త్రివేంద్రం, వారు 27-28 డిసెంబరు 2013 నాడు "తెలుగు జానపద విజ్ఞానం- ప్రక్రియలు- అనువర్తితం" అనే అంశంపై నిర్వహించిన యు.జి.సి. జాతీయ సదస్సులో సమర్పించిన వ్యాసం

కథా సాహిత్యంలో మాండలిక పదప్రయోగం

కాల్పనిక సాహిత్యంలో పేరెన్నికగన్న సాహిత్య ప్రక్రియ కథ. ఆధునిక కథను కథానిక అని కూడా అంటున్నారు. కథలు అన్ని భాషల్లోనూ ఉన్నాయి. భాష, సాహిత్యాలు జీవనదుల వంటివి. ఇవి నిరంతరం మార్పులు చేర్పులకు లోనవుతుంటాయి. జీవ నదుల్లో ఎన్నో ఉపనదులు వచ్చి కలుస్తుంటాయి. అవి కొండల్లో లోయల్లో నిరంతరం ప్రయాణిస్తుంటాయి. అదేవిధంగా భాషా సాహిత్యాల్లోకి ఎన్నో పరభాషాపదాలు వచ్చి చేరుతుంటాయి. ఉన్న పదాలు కూడా కాలక్రమంలో మార్పులకు లోనవుతుంటాయి. ఒక భాషలో ఒక అర్థాన్ని సూచించటానికి వేర్వేరు ప్రాంతాల్లో వేర్వేరు శబ్దాలను వాడుతుంటారు. వీటినే మాండలికాలు అంటారు. ప్రపంచంలోని అన్ని భాషలు మాండలిక భేదాలతో వ్యవహరింపబడుతున్నాయి.

భాష అనేది వాగ్రూప సంకేతాల నియత నిర్మాణ వ్యవస్థ. ఈ నియమం అన్ని భాషలకూ వర్తిస్తుంది. భాష అన్నది సమాజ సమిష్టి సృష్టి. ఏ ఒక్కరూ రూపొందించినది కాదు. లిపి ఉన్నా లేకున్నా భాష వాగ్రూపంలో ఉంటుంది. ప్రపంచంలో లిపి ఉన్న భాషలకంటే లిపిలేని భాషలే అధికంగా ఉన్నాయి. లిపి ఉన్న భాషల్లో భాష, సాహిత్యం లిఖిత రూపాన్ని సంతరించుకుంటాయి. వాగ్వ్యవహారంలోని భాష కాలక్రమంలో మార్పులకు లోనవుతుంది. ఒకే కాలంలో కూడా ఒక భాషా వ్యవహర్తల్లో ఏకరూపత కనిపించదు. తెలుగుభాషా నిర్మాణ అధ్యయనానికి లిఖిత రూప సాహిత్యం మరియు వ్యవహారిక భాష రెండూ ఆధారాలే. ఒక్క తెలుగు భాషకే గాక అన్ని భాషలకు ఈ సూత్రం వర్తిస్తుంది.

రకరకాల మనుషులూ, వివిధ ప్రాంతాలకు చెందిన వాళ్లు, ఏదో ఒక వర్గం వాళ్లు, ఏదో ఒక వృత్తి చేసుకొనేవాళ్లు, అక్షరం ముక్కరానివాళ్లు, చదువుకున్నవాళ్లు, పిల్లలో పెద్దలో స్త్రీలో పురుషులో ఇలా ఎందరో మనకు నిత్యం ఎదురవుతుంటారు. దైనందిన వ్యవహారాలకు మనం వారితో సంభాషించవలసి ఉంటుంది. ఈ పరంపరలో

మనం గమనిస్తే ఒక్కొక్కరూ మాట్లాడే తీరులో ఎంతో వ్యత్యాసం కనిపిస్తుంది. వారు తెలుగుభాషే మాట్లాడుతున్నా అందులో యాస, అస్పష్టత, ఉచ్చారణ స్పష్టత లేకుండా ఉండుటవంటివెన్నో రీతులు ఆయా వక్తల మాట తీరు ద్వారా మనం గుర్తించవచ్చు. కాలక్రమంలో ఇవే ఒక కొత్త రూపాన్ని సంతరించుకుంటాయి. అట్టివాటినే మాండలికాలు అంటారు. అయితే ఈ మాండలికపదాలు మూల భాషకు అతీతంగా ఉండవు.

తెలుగు భాషకున్న మాండలికాలను భౌగోళిక పరిమాణం దృష్ట్యా ఉత్తర మండలం, దక్షిణ మండలం, తూర్పు మండలం, పశ్చిమ మండలం అని నాలుగు వర్గాలుగా విభజించారు. ఇది స్థూల విభజన మాత్రమే. సూక్ష్మంగా పరిశీలిస్తే ఒకే జిల్లాలో భిన్న మాండలికాలున్నట్లు మనం గుర్తించవచ్చు. ఉదాహరణకు చిత్తూరు జిల్లాలో తీసుకుంటే తమిళనాడు ప్రభావిత ప్రాంతాలైన కుప్పం, పలమనేరు, చిత్తూరు, నగరి, సత్యవేడులలో తమిళ భాషా పదజాలాన్ని తెలుగు ప్రజలు ఎక్కువగా వాడుతున్నారు. అదేవిధంగా మదనపల్లె ప్రాంతంలో కన్నడ భాష ప్రభావం కనిపిస్తుంది. పీలేరు, తిరుపతిలో కడప జిల్లా భాషా మాండలిక ప్రభావం ఉంది. ఇక కాళహస్తి విషయానికొస్తే నెల్లూరు జిల్లా ప్రజలు మాట్లాడే భాషా ప్రభావం కనిపిస్తుంది. ఈ విధంగా విభజించి చూస్తే రాష్ట్ర వ్యాప్తంగా యాభైకి పైగా మాండలిక భేదాలు ఉంటాయి.

ఒకే విధమైన భాషాచలరాశుల (Linguistic variable) సముదాయాన్ని 'వెరైటీ' అని చెప్పవచ్చు. భాషారకం (Language variety) అనే పదాన్ని ఎక్కువగా మాండలికం అనే పదానికి బదులుగా వాడుతారు. 'కనీసం ఇంకో భాషకి సమానంగా ఉండి, ప్రాంతీయంగా మరో భాషని కలుపుకొని, అధికారికంగా రచనా విధానం, ఉచ్చారణ, పదజాలం. వాక్యనిర్మాణం ఏర్పాటు కాని భాషని మాండలికం అనవచ్చు. మాతృభాషను మాట్లాడే విధానంలో వ్యక్తుల మధ్య వ్యత్యాసం ఉంటుంది. ఒక చిన్నప్రాంతంలో వ్యత్యాసం తక్కువగా ఉంటుంది. ఒకే భాషా సమూహంలో భాషా వ్యవహర్తల బృందాల

మధ్య వ్యత్యాసాలు ఎక్కువగా ఉంటే అట్టి దానిని మాండలికం అంటారు. వ్యక్తులు పుట్టి, పెరిగిన ప్రాంతాల ఆధారంగా ఏర్పడిన మాండలికాలను స్థల మాండలికాలు అంటారు. పదాలు, ఉచ్ఛారణ, అర్థాలు మున్నగు వాటిలో మాండలిక భేదాలు ఉండవచ్చు.

మాండలిక పదజాలం పండితులపైన పామరులపైన ప్రభావం చూపుతుంది. అందువల్లనే ఉన్నత విద్యావంతులు సైతం మాండలిక పదాలను పరిహరించి మాట్లాడలేకపోతున్నారు. ఆక్రమంలోనే రచయితలు కూడా తమ రచనల్లో మాండలికాన్ని తప్పనిసరిగా ప్రయోగిస్తున్నారు. మాండలిక పదాలు ఏదో మారుమూల ప్రాంత ప్రజలు మాట్లాడుకొనేది కాదని అందరూ మొదటగా గుర్తించాలి. మాండలికాలు పల్లె వెలుగు బస్సులవంటివి. అవి మారుమూల పల్లెల నుంచి నగరానికి నడుస్తుంటాయి. దీనిలో అన్ని వర్గాల ప్రజలు ప్రయాణం చేస్తుంటారు. ఈ రీతిగానే అన్ని మాండలికాలు కూడా అన్ని వర్గాల ప్రజలు మాట్లాడతారు.

ఈ మాండలిక పదాలు రచనా సాహిత్యంలో చేరటం శాసనాల కాలం నుంచే ఉన్నది. నన్నయాది కవులందరూ తమ తమ పరిసర ప్రాంతాల ప్రజలు మాట్లాడే మాండలిక శబ్దాలను ప్రయోగించారు. ఇందుకు ఏ కవికి మినహాయింపు లేదు. రచయితలు చేసే ప్రతి రచనలోనూ మాండలిక పదాలు అవలీలగా దొర్లతాయి. అందులోనూ కాల్పనిక సాహిత్యంలో మరీ ఎక్కువ. ఆధునిక సాహిత్యంలో వివిధ ప్రాంతాల్లోని మాండలికాలు ఎక్కువగా కథల్లోకి వచ్చి చేరాయి. వాటిని ఈ వ్యాసంలో వివరించటం జరిగింది.

మొదటగా శ్రీకాకుళం జిల్లాలోని మాండలిక పదాలను పరిశీలిద్దాం. 'వఱపు' అనే కథను చాగంటి సోమయాజులు రాశారు. వారు ప్రయోగించిన మాండలిక శబ్దాలను పరిశీలిద్దాం.

..వొరి ఇత్తనాల ఆకుమళ్ళలో ఏసినామా. అందులో వారు నెగడానికి తడి? బావుల్లో ఊట లేదు, సెల్లో సుక్క నీరు లేదు ? ఆకాశంలోంచి టక్కని వొక్క సినుకు

నేడు. వొరుపు వొరుపు ఒకటే వొరుపు. ఉసూరుమని చూస్తూ ఉండగా వొరాకు కుట్టుకుపోయి సుట్టుకుపోయి ఎండిపోనాది. ఏరుశనగ బెత్తెడు కొనసాగలేదు. ఆకులు మలుచుకొని ముడుచుకుపోతున్నాయి. (వఱపు: 34- రైతుకథ)

పై ఉదాహరణలో నెగడు, నేడు, పోనాది, నులుచుకొని వంటి మాండలిక శబ్దాలున్నాయి. ఎండిపోయిన, లేదు, పోయింది, ముడతలు అని ఆ శబ్ధాలకు అర్థాలున్నాయి.

శ్రీపాదసుబ్రహ్మణ్య శాస్త్రి గారు మంచి కథకులు. వారు తూర్పు గోదావరి జిల్లాకు చెందినవారు. వీరు వందలాది కథలు రాశారు. వీరి కథల్లోని మాండలిక పదాలను పరిశీలిద్దాం.

“అత్తగారు వీధి తలుపులు బిగించి రాగా-భార్యయగు భూలోకమ్మ మూడు కుండలు తెచ్చి ముందు ఉంచెను. రావులయ్య ధ్వని కాకుండునట్లు రూపాయలు బోర్లించి నింపాదిగా లెక్కించి 'రెండు వేల పై చిల్లరు అనెను. ఇంకో నాలుగు వందలు అప్పు తెచ్చి వేసుకుంటే రెండెకరాల భూమి' అని అత్తగారనియెను. భూలోకమ్మా మాట్లాడక ముఖముదెస చూచుచుండగా అతడు ఏమంటావు? అని యెను.” (రైతుకథ-పు: 49)

పై ఉదాహరణలో 'నింపాదిగ' శబ్దం ప్రయోగించబడింది. నిదానంగా అని ఆ శబ్దానికి అర్థం. ఈ శబ్దాన్ని రాయలసీమ, తెలంగాణా ప్రాంతాలో ప్రయోగించరు.

ఉత్తరాంధ్రకు చెందిన మరో కథకుడు అట్టాడ అప్పల్నాయుడు. ఈయన లబ్ద ప్రతిష్టులైన కథకుడు. ఈయన రాసిన 'బతికి చెడిన దేశం' కథలో ప్రయోగించబడిన మాండలిక పదాలను పరిశీలిద్దాం.'

“......ఆ! అత్తోరింటిల పీట చెక్క మీద కూకోని కూకోని - తిని తిని సూడు పిర్రలు యెలగబలిసినాయే” అని ఎండిన పుల్లల్లాంటి తన కటిభాగాన్ని తిప్పి చూపి వెక్కిరించేదే ? గానీ, ఆయిల్లాలి గొంతు దుఃఖంతో పూడుకుపోయింది. ఈలోగా,

యిరుగింటి గౌరీశ్వరి జేగర్త గుంచుతాను. మీరు తిరిగొచ్చిన్నాడిచ్చేస్తానంది, పీట చెక్కవొదిలేశారు". (బతికి చెడిన దేశం-పు.219, రైతుకథ)

పై ఉదాహరణలో 'కూకొని' అనే శబ్దం ప్రయోగించబడింది. కూర్చొని అని ఆ శబ్దానికి అర్థం. ఈ శబ్దాన్ని ఉత్తరాంధ్రలో మాత్రమే ఒకప్పుడు వ్యవహరించేవారు. నేడు కోస్తాంధ్రలోనూ, రాయలసీమలోనూ అక్కడక్కడ వ్యవహరిస్తున్నారు.

గుంటూరు జిల్లాకు చెందిన వల్లూరు శివప్రసాద్ తన కథల్లో ప్రయోగించిన మాండలిక పదాలను పరిశీలిద్దాం.

"ఉన్నది కాస్త అమ్మితే రేపు పిల్లల గతేంగాను?" అడిగింది బాణమ్మ. కోటేశ్వరరావు మాట్లాడలేదు. రెట్టించి అడిగితే బూతులు కూస్తాడని బాణమ్మకు తెలుసు. ఇప్పుడు తను అనగలిగింది ఏముంది?" (గిట్టుబాటు-పు.253 - రైతుకథ)

పై ఉదాహరణలో 'కూస్తాడు' అనే శబ్దం ప్రయోగించబడింది. మాట్లాడుట అని దానర్థం. కోస్తాంధ్రలో ఈ శబ్దాన్ని ప్రజలు తరచుగా వాడతారు.

చిత్తూరు జిల్లాకు చెందిన కథకులు ప్రయోగించిన మాండలిక పదాలను పరిశీలిద్దాం.

"బిన్నే యెలబారబ్బోడా... కరెంటొచ్చెయాళయింది"

ఇంటి ముందు కొచ్చి పొద్దుకల్లా ఎగజూసి చెప్పినాడు నారాయణ.

(దృశ్యాలు మూడు...ఒక ఆవిష్కరణం-పు: 101)

పై ఉదాహణలో బిన్నే, ఎలబారు, యాళ, కల్లా, ఎగజూసి వంటి శబ్దాలు ప్రయోగించబడ్డాయి. త్వరగా, బయలుదేరుట, వేళ, ఆ సమయానికి, ఎదురుచూసి అని ఆ శబ్దాలకు అర్థాలున్నాయి. వీటిని రాయలసీమ నాలుగు జిల్లాల్లోనూ ప్రజలు తమ నిత్య వ్యవహారాల్లో మాట్లాడుతుంటారు.

పులికంటి కృష్ణారెడ్డి గారు ప్రయోగించిన మాండలిక పదాలను పరిశీలిద్దాం.

"పొద్దు నడిమిట్టన ఉంది. ఎండ చండ్ర నిప్పులు చెరుగుతూ ఉంది. ప్రక్కనే స్వర్ణముఖి నీళ్లను మింగి ఇసుకను నెమరేస్తున్నది." (గొడ్లు-పు.853, రైతుకథ)

పై ఉదాహరణలో 'నడిమిట్టన' అనే శబ్దం ప్రయోగించబడింది. 'నడి మధ్య' అని ఆశబ్దానికి అర్థం.

కడప జిల్లా కథకులు ప్రయోగించిన మాండలిక పదాలను పరిశీలిద్దాం. శశిశ్రీ ఇలా ప్రయోగించాడు.

"నేను రమ్మంది పదహైదు మందిని కదా ! మాటేలకంతా లారీకి ఎక్కించాల కాయలు!" (నదీకెపాల్-పు. 315 రైతుకథ)

పై ఉదాహరణలో 'మాటేల' అనే శబ్దం ప్రయోగించబడింది. 'మాపటివేళ' అని దానర్థం.

వేంపల్లి గంగాధర్ ప్రయోగించిన మాండలిక పదాలను పరిశీలిద్దాం.

''సెప్పుకోను రోంతన్నా బుద్ధి వుండాల'' (మూడు పదున్ల వాన-పు. 903-రైతుకథ)

పై ఉదాహరణల్లో 'రోంతన్నా' అనే శబ్దం ప్రయోగించబడింది. కొంచెమైనా అని దానర్థం.

ఇక అనంతపురం జిల్లా కథకులు ప్రయోగించిన మాండలిక పదాలను పరిశీలిద్దాం. శాంతినారాయణ ఇలా అంటాడు. "వోర్నాయాలా నువ్వారా-నేను టీ తాగేటప్పుడే అనుకుండా వీన్నాడో చూసినట్లుందే యెవురిపిల్లోడబ్బా అని" (దళారి-పు. 460, రైతుకథ).

పై ఉదాహరణలో 'నాయాలా' అనే శబ్దం ప్రయోగించబడింది. భార్య అని దానికి అర్థం. అయితే దీనికి వాఖ్యార్థం గాకుండా లక్ష్యార్థం తీసికోవాలి. అపుడు ఆ శబ్దానికి కొడుకు అనే అర్థం స్ఫురిస్తుంది.

కర్నూలు జిల్లా కథకులు ప్రయోగించిన మాండలిక పదాలను పరిశీలిద్దాం. కాశీభట్ల వేణుగోపాల్ గారిలా ప్రయోగించారు.

"దిలా సాగా కాళ్లు నీలిగించి సిగరెట్టు పెట్టతీసి తానొకటి వెలిగించుకొని ముసిలెంక ట్రెడ్డి కోటిచ్చి అన్నాడు". (ఎక్కడో నిశ్శబ్దంగానే - పు: 311, రైతుకథ)

పై ఉదాహరణలో 'దిలాసా' అనే శబ్దం ప్రయోగించబడింది. ధైర్యంగా, తొట్రుపాటు లేకుండా అని ఆశబ్దానికి అర్థం.

ఇక తెలంగాణ ప్రాంత కథకులు ప్రయోగించిన మాండలికశైలి పదాలను పరిశీలిద్దాం. అల్లం రాజయ్య ఇలా అంటాడు 'భూమి' కథలో.

'ఇలా ఆలోచించుకుంటూ, ఏ వేళకు చేరుకుంటానోనని రంధి పడుతూ... మా వూరి కాలిబాటలో నడుస్తున్నాను. (భూమి-85, రైతుకథ)

పై ఉదాహరణలో 'రంధిపడుతూ' అనే శబ్దం ప్రయోగించబడింది. 'భయపడుట' అని ఆ శబ్దానికి అర్థం.

ప్రజాకవి కాళోజి నారాయణరావు గారు ప్రయోగించిన మాండలిక భాషా పదాలను' పరిశీలిద్దాం.

"ఇవ్వాళ్ళ ఎల్లయ్య మనయెడల పైకానికి బదులు, బుక్కొసలాలు, బ్యారేదు జోడులకు బదులు పూలదండలు", (మనమేనయం-పు. 113, రైతుకథ)

పై ఉదాహరణలో 'పైకం' అనే శబ్దం ప్రయోగించబడింది. డబ్బు అని ఆ శబ్దానికి అర్థం.

పెద్దింటి అశోక్‌కుమార్ ప్రయోగించిన మాండలిక పదాలను పరిశీలిద్దాం.

"బండి ఆపి పొలంలకు పోయినా. బాలకిషన్ నాగలి ఆపి నాదగ్గరి కచ్చిండు".

(ఇగవీడు తొవ్వకురాడు-పు:409, రైతుకథ)

పై ఉదాహరణలో 'నాగలి' అనే శబ్ద ప్రయోగించబడింది. మడక, అరక అని వట్టికోట ఆళ్వారు స్వామి ప్రయోగించిన ప్రయోగాన్ని పరిశీలిద్దాం.

"ముసలి తొక్కు ఆరు నెలలైంది మంచాన్నిబట్టి." (పరిగె-పు:696, రైతుకథ)

పై ఉదాహరణలో 'తొక్కు' శబ్దం ప్రయోగించబడింది. వ్యర్థమైనవి అని దానర్థం.

ఇక ముదిగంటి సుజాతారెడ్డి గారి మాండలిక పద ప్రయోగాలను చూద్దాం.

'నాగయ్యకు ఇపుడు తరిపొలం వుంది' (గుడిసెలు, గుడిసెలు-పు. 699).

'తరి' అంటే నీటి వసతి ఉన్న పొలం అని అర్థం. ఈ విధంగా ఆధునిక కథను పరిశీలిస్తే వేలాది మాండలిక శబ్దాలు బయటపడతాయి.

కోస్తాంధ్ర, రాయలసీమ, తెలంగాణ ప్రాంతాల్లో వేలాది మాండలిక పదాలను ప్రజల నిత్య వ్యవహారంలో ప్రయోగించబడుతున్నాయి. అవన్నీ తెలుగు భాషా పదాలే. ఆర్థిక, రాజకీయ, సాంఘిక, మత, సాంస్కృతిక, సామాజిక పరిస్థితుల ప్రభావ కారణంగా తెలుగు భాష ఎన్నో మార్పులకు లోనైన కారణంగానూ, ఆదాన ప్రదాణల ఫలితంగాను మాండలికాలు ఏర్పడ్డాయి. వాటిని రచయితలు తమ రచనల్లో పొందుపరుస్తున్నారు. మనం ఈ మాండలికాలను కాపాడుకుంటే భాషా సంపదను భద్రపరచుకొన్నట్లే. అప్పుడది భావితరాలకు నిధిగా ఉపయోగపడుతుంది. మనం మన వారసులకు వారసత్వంగా ఆస్తితోపాటు భాషను, సంస్కృతిని కూడా అందజేద్దాం.

తెలుగు భాషపై తమిళ క్రియల ప్రభావం

ప్రపంచంలో మూడు వేలకు పైగా భాషలున్నాయి. వాటిలో చాలా భాషలకు లిపి లేదు. లిపిలేని భాషలు ఆ వ్యవహర్తల వ్యవహారం ద్వారానే మనుగడసాగిస్తున్నాయి. లిపి ఉన్న భాషలు చక్కని సాంస్కృతిక వైభవాన్ని భావితరాలకు అందజేస్తున్నాయి. ప్రపంచంలోని భాషలను వివిధ భాషా కుటుంబాలుగా విభజించారు. వాటిలో ఉత్తర భారతదేశంలోని భాషలు ఇండో-యూరోపియన్ భాషా కుటుంబానికి చెందుతాయి. దక్షిణ భారత దేశంలోని భాషలు ద్రావిడ భాషా కుటుంబానికి చెందుతాయి. మన తెలుగు ద్రావిడ భాషా కుటుంబంలోని మధ్య ద్రావిడ వర్గానికి చెందుతుంది. తమిళ, కన్నడ, తెలుగు, మళయాళం అనే ఈ నాలుగు భాషలకే లిపి ఉంది. అందువల్ల ఈ భాషీయులకే కావలసినంత సాహిత్యం, దాని చరిత్ర నిక్షిప్తం చేయబడి ఉన్నాయి. ఈ భాషల్లో గ్రంథాలు కోకొల్లలుగా లభిస్తున్నాయి. గదబ, కుయి, కువి వంటి లిపి లేని ద్రావిడ భాషలు 18 వరకు ఉన్నాయి. ఇవి దక్షిణ భారతదేశంలోని కొండ ప్రాంతాల్లో నివసిస్తున్న ప్రజలు మాట్లాడుతున్నారు. ఆ భాషా వ్యవహర్తలు గతించటంతో ఆ భాషలు కూడా వారితోనే అంతరిస్తున్నాయి. ఇది మానవజాతి మనుగడకే అతి పెద్ద ప్రమాదకారిగా మారబోతున్నది.

ద్రావిడ భాషల్లో తమిళానికి విశేష ప్రాచుర్యం ఉంది. ద్రావిడ భాష అనగానే తమిళమనే అందరూ అనుకొంటున్నారు. తక్కిన ద్రావిడ భాషల కంటే ప్రాచీనమైందని కొందరు, తమిళమే మూల ద్రావిడమని మరికొందరు భాషా శాస్త్రవేత్తలు భావిస్తున్నారు. వారు అందుకు తగిన సాక్ష్యాధారాలను కూడా అందజేస్తున్నారు. నామవాచకాలు, సర్వనామాలు, క్రియలు, విశేషణాలు, అవ్యయాలు, సంఖ్యావాచకాలు, వ్యాసనిర్మాణం, పదజాలం, అర్థాలు వంటి విభిన్నాంశాలను తులనాత్మకంగా పరిశీలిస్తే తమిళం నుంచి తక్కిన కన్నడ తెలుగు మళయాళ భాషలు విడివడ్డాయని పరిశోధకులు నిర్ధారిస్తున్నారు. అయితే ఇది ఒకనాడు జరిగిన పరిణామం కాదని కొన్ని వేల

సంవత్సరాల నుంచి జరిగిందని సోదాహరణంగా వివరిస్తున్నారు. ఈ దృక్పథంతో మనం పరిశీలించినపుడు ద్రావిడ భాషల్లో ఒక దానితో మరొక దానికి అవినాభావ సంబంధం ఉందని చెప్పవచ్చు. ఈ పరంపరలో భాగంగానే తెలుగుకు తమిళానికి దగ్గర పోలికలున్నాయని స్పష్టముగా చెప్పబడుతున్నది. ప్రాంతాల పరంగా పక్కపక్కన ఉండటం, ఒక భాషీయులు మరొక భాషా ప్రాంతంలో ఎక్కువగా నివసిస్తుండటం దీనికి నిదర్శనంగా చెప్పవచ్చు. అయితే తమిళుల కంటే తెలుగు వారే తమిళనాడులో ఎక్కువ మంది నివసిస్తున్నారు. ఈ నేపథ్యంలో తమిళ-తెలుగు క్రియల మధ్య ఉన్న సామ్యాలను పరిశీలించటం జరుగుచున్నది.

క్రియలు: క్రియల యొక్క కాలాన్ని తెలియజేయటానికి సంస్కృతంలో ఉన్న దశవిధలకార ప్రక్రియ ద్రావిడ భాషల్లో లేదు. భూత భవిష్యద్వర్తమాన కాలాలు మూడు మాత్రం ఉన్నాయి. ధాతువుకి వ్యతిరేకార్థక ప్రత్యయాన్ని చేర్చటం వల్ల ద్రావిడ భాషల్లో వ్యతిరేకార్థకం ఏర్పడుతుంది. కొన్ని చోట్ల వ్యతిరేకార్థకాన్ని సూచించే ప్రత్యయం ఏదీ చేరకుండానే వ్యతిరేకార్థకం ఏర్పడుతుంది.

ఉదా: తమిళం-సెయ్-పన్- సెయ్యన్

తెలుగు-చెయ్-అ-ను-చెయ్యను

లేదు, కాదు, మొదలైన వ్యతిరేకార్థక సమాపక క్రియారూపాలను చేర్చటం వల్ల కూడా వ్యతిరేక క్రియారూపా లేర్పడతాయి. అయితే ఇండో యూరోపియన్ భాషల్లో వ్యతిరేకార్థకాన్ని తెలియజేయటానికి ప్రత్యేక పదాన్ని వాడతారు.

ఉదా: నకణమి - చేయను

అసమాపక క్రియల ప్రయోగం ద్రావిడ భాషల్లో సాధారణం. ధాతువుకి కాలబోధన ప్రత్యయంగాని, వ్యతిరేకార్థకం గాని చేరి అసమాపక క్రియారూపం ఏర్పడుతుంది. చదివి, చదువుతూ, చదవక వంటివి అసమాపక క్రియలు. ఒక వాక్యంలో ఎన్ని అసమాపక క్రియలయినా ఉండవచ్చు.

ఈ భాషలో (తమిళం) అకర్మక క్రియకి చివర ఉన్న అనుబంధ ప్రత్యయం ద్విరుక్తం కావటం వల్ల సకర్మక క్రియగా మారుతుంది.

ఉదా: పెరుగు - పెరుక్కు

ఆడు - ఆట్టు

అడగు - అడక్కు

తిరుగు - తిరుప్పు

అకర్మక క్రియకి త్తు, పు అనే ప్రత్యయాలు చేర్చటం వల్ల సకర్మకంగా మారుతుంది.

ఉదా: కాణ్ - కాట్టు

ఓడు - ఓట్టు

తమిళంలో పి, వి అనేవి ప్రేరణ ప్రత్యయాలుగా కనిపిస్తాయి. ప్రాచీన కాలంలో ప్రేరణ క్రియలకు ప్రయోగాలు తక్కువ. తరువాతి కాలంలో ఇవి ఎక్కువగా వాడుకలోకి వచ్చాయి.

ఉదా: వరు - వచ్చు

సీర్ - చేరు

నడ - నడచు

వరువి - రప్పించు

సేల్వి - చేర్పించు

నడిప్పి - నడిపించు

అదే విధంగా తెలుగులో క్రియలు ఎలా ఉన్నాయో ఇక్కడ పరిశీలిద్దాం.

తెలుగులో పు, చు, ంచు, ఇంచులు సకర్మక ప్రత్యయాలు.

-పు- జరుగు - జరుపు

తిరుగు- తిప్పు

నిలుచు-నిలుపు

కుడుచు-కుడుపు

తెలియు-తెలుపు

తడియు-తడుకు

-చు- అమరు - అమర్చు

కాలు - కాల్చు

పూడు - పూడ్చు

మాను - మాన్చు

కాగు - కాచు

వంగు - వంచు

ంచు - డిగు - దించు

పెరుగు-పెంచు

ఉండు-ఉంచు

ఇంచు- వెలుగు-వెలిగించు

వచ్చు - రావించు - రప్పించు

ఆగు - కావించు

బిగియు - బిగించు

ఇంచు, ఇపించు/ పించు అనేవి ప్రేరణ ప్రత్యయాలుగా

<u>అకర్మకం</u>	<u>సకర్మకం</u>	<u>ప్రేరణం</u>
కాలు	కాల్చు	కాల్పించు
జరుగు	జరుపు	జరిపించు
చచ్చు	చంపు	చంపించు
	అను	అనిపించు
	కొను	కొనిపించు

క్రియాధాతువుకి కాలబోధక ప్రత్యయమూ, సార్వనామికానుబంధం లేక పురుష బోధక ప్రత్యయం చేరి సమాపక క్రియారూపం ఏర్పడుతుంది. కాలబోధక ప్రత్యయాలు చేరటం వల్ల క్రియ ఆయా కాలాలను బోధిస్తుంది.

భూత కాలాన్ని తెలుపుటకు తమిళంలో క్రియారూపాలు ఇలా మారతాయి.

ఉదా: సెయ్‌దేన్

వందాన్

నడందాన్

అదే తెలుగులో ఇలా మార్పులు చెందుతాయి.

ఇతి/ టి/ ఇ/ ఎ అనేవి తెలుగులో భూతకాలిక ప్రత్యయాలు. వీటిల్లో ఉత్తమ, మధ్యమ, పురుష రూపాల్లో ఇతి అనేది, ప్రథమ పురుషలో స్త్రీ, పుం సామాన్య బహువచనంలో ఇ, మిగిలిన చోట్ల 'ఎ' చేరతాయి. ఈ ప్రత్యయాలు ప్రాచీన కావ్యభాషలో వాడబడినవి.

ఉదా॥ (నేను) పడితిని (మేము) పడితిమి

(నీవు) పడితివి (మీరు) పడితిరి

హ్రస్వాచ్చు కలిగి 'ను'తో అంతమయ్యే క్రియల తరువాత చేరిన ఈ 'ఇతి' ప్రత్యయం 'టి'గా మారుతుంది.

ఉదా॥ వింటిమి, వింటిని, వింటివి, వింటిరి

ద్రావిడ భాషల్లో, ప్రాచీన కాలంలో వర్తమాన, భవిష్యత్కాలాలను తెలియజెయ్యటానికి ఒకే విధమయిన రూపముండేదని చెప్పవచ్చు. భవిష్యత్కాలిక రూపాలు తద్ధర్మార్థాన్ని కూడా బోధిస్తాయి.

ఉదా॥ తమిళంలో - ఈ భాషలో కిన్ ఱ్/ కిఱ్ వర్తమాన కాలిక ప్రత్యయంగా కనిపిస్తుంది.

సెయ్-చేయు-సెయ్‌గి (న్) ఱేన్-చేస్తున్నాను

సెయ్‌గి(న్) ఱోయ్-చేస్తున్నాము

సెయ్‌గి(న్) ఱాయ్-చేస్తున్నావు

తమిళంలో భవిష్యదర్థకం తద్ధర్మార్థకం ఒకేవిధమైన ప్రత్యయాలతో సూచించబడుతుంది. ఈ రెంటికీ భేదం లేదు.

తెలుగులో-ఉండు ధాతువు నుంచి వచ్చిన సమాపకమై ఉన్న అనే దాన్ని వర్తమానార్థక ప్రత్యయమైన 'చ్'కి చేర్చటం వల్ల తెలుగులో వర్తమాన క్రియ లేర్పడతాయి. అంటే, ధాతువు+చ్+ ఉన్న+సార్వనామికాను బంధం. ఈ విధంగా చదువుచున్నాను, చదువుచున్నాము, చదువుచున్నావు, చదువుచున్నారు, చదువుచున్నాడు, చదువు చున్నది వంటి రూపాలేర్పడతాయి.

ద్రావిడ భాషల్లో క్రియలు సమాపకాలు, అసమాపకాలు అని రెండు రకాలు. అసమాపక క్రియలు వాక్యంలో ఎన్నయినా ఉండవచ్చు. వీటి చివర పురుష బోధక ప్రత్యయం చేరదు. సమాపక క్రియల చివర పురుష బోధక ప్రత్యయముంటుంది. ఈ సమాపక క్రియల చివర పురుష బోధన ప్రత్యయముంటుంది. ఈ సమాపక క్రియతో వాక్యం సమాప్తమవుతుంది. క్రియాధాతువుకి కాలబోధన ప్రత్యయం, పురుషబోధక ప్రత్యయం చేరి ద్రావిడ భాషల్లో క్రియాపద నిర్మాణం ఏర్పడుతుంది. కొన్నిసార్లు అవసరమైన చోట్ల ధాతువుకి సకర్మకాకర్మక ప్రత్యయాలు, ప్రేరణ ప్రత్యయం, వ్యతిరేకార్థక ప్రత్యయం చేరటం జరుగుతుంది.

మనం ఎన్ని విధాలుగా పరిశీలించినా తమిళభాషకు తక్కిన ద్రావిడ భాషలకు జన్యజనక సంబంధముందని స్పష్టంగా చెప్పవచ్చు.

తెలుగు విభాగం మరియు అనువాద అధ్యయన శాఖ, ద్రావిడ విశ్వవిద్యాలయం, కుప్పం మరియు Central Institute of Indian Languages, Mysore **వారు** Andhra Pradesh state council of Higher Education, Hyderabad **వారి సహకారంతో 22-24 సెప్టెంబరు 2011 నాడు "తెలుగు పరిశోధన- నిన్న- నేడు- రేపు అనే అంశంపై నిర్వహించిన జాతీయ సదస్సులో సమర్పించిన వ్యాసం.**

తెలుగు భాషను పరిరక్షించడం – మనందరి కర్తవ్యం

తెలుగు భాషకు రెండువేల యేండ్లు, తెలుగు సాహిత్యానికి వెయ్యేండ్లు పైబడిన చరిత్ర ఉంది. క్రీ.శ. 1వ శతాబ్ది నాటికే తెలుగుభాష ప్రజల వినియోగంలో ఉన్నట్లు చారిత్రకాధారాల ద్వారా తెలుస్తున్నది. సంస్కృత భాష ప్రభావంతో తెలుగులో పదజాలం పెరిగింది. ఏ భారతీయ భాష స్వీకరించని విధంగా తెలుగుభాష సంస్కృత పదాలను తనలో ఇముడ్చుకున్నది. ఒక్క పదజాలమే గాకుండా వివిధ సాహిత్య ప్రక్రియలు తెనిగించబడ్డాయి. పురాణం, కావ్యం, ప్రబంధం, శతకం, నాటకం వంటి సాహిత్య ప్రక్రియలు తెలుగులో వర్ధిల్లాయి. మల్కిభరాముడు వంటి ముస్లిం పాలకులు, శ్రీకృష్ణదేవరాయలు వంటి రాజుల ఆదరణను పొందింది తెలుగుభాష. ఛందోరీతులు, అలంకారాలు, వ్యాకరణాంశాలు వంటి సంస్కృత లక్షణాలన్నీ తెలుగులోకి యథాతథంగా ప్రవేశించాయి. కాలక్రమంలో పరిశీలిస్తే ఒక్క సంస్కృతమే గాకుండా ఆంగ్లం, ఉర్దూ, ఫ్రెంచ్ తదితర విదేశీ పదాలనూ తనలో తెలుగుభాష ఇముడ్చుకున్నది. శ్రావ్యతలో, నవ్యతలో సాటిలేని భాషగా ప్రాచ్య, పాశ్చాత్య పండితులచేత ప్రశంసలు పొందింది. "Italian of the East" అని తెలుగుభాషను పాశ్చాత్యులు కీర్తించారు. సుందర తెలుంగు అని శ్రీసుబ్రహ్మణ్యభారతి శ్లాఘించాడు. ఆయన తమిళుల ఆరాధ్య కవి.

తెలుగు కవులు తెలుగుభాషను "దేశ భాషలందు తెలుగులెస్స" అని కీర్తించారు. అట్టివారిలో మొదటిస్థానం కవిసార్వభౌముడైన శ్రీనాథమహాకవికి దక్కింది. క్రీ.శ. 15వ శతాబ్దానికి చెందిన ఈ మహాకవి దాదాపుగా 15 కావ్యాలు రాశాడు.

ఆ॥వె॥ జనని సంస్కృతంబు సకల భాషలకును
దేశభాషలందు తెలుగు లెస్స !
జగతి తల్లి కంటే సౌభాగ్య సంపద
మెచ్చుటాడు బిడ్డ మేలు గాదె !! – అంటాడు శ్రీనాథుడు.

సకల భాషలకు సంస్కృతం తల్లివంటిది అయినా దేశభాషలందు తెలుగు లెస్సయైనది. ఈ జగత్తులో తల్లి కంటే సౌభాగ్య సంపద మెచ్చే ఆడబిడ్డ మంచిది

40

అంటాడు శ్రీనాథమహాకవి. శ్రీనాథుడు సంస్కృతాంధ్ర భాషలలో అపారమైన పాండిత్యం ఉన్నవాడు.

అటు తరువాత – తెలుగులెస్స పాదాన్ని యథాతథంగా చేర్చుతూ రాజకవి అయిన శ్రీకృష్ణదేవరాయలు ఇలా అన్నాడు.

"తెలుగుదేలయన్న దేశంబు తెలుగేను
తెలుగు వల్ల భుండ, తెలుగొకండ
యెల్లనృపులు గొల్వ నెఱుగవే బాసాడి
దేశ భాషలందు తెలుగులెస్స" – అన్నాడు కవి తన ఆముక్తమాల్యదలో.

శ్రీకృష్ణదేవరాయలు తెలుగు, కన్నడ, తమిళ దేశాలు కలిపి పరిపాలించాడు. తెలుగు భాషనే ఎందుకు ఎంపిక చేశావని ఎవరైనా అడుగుతారేమోనని దానికి కారణం కూడా ఆయనే చెప్పాడు. నేను తెలుగురాజును, నాదేశం తెలుగు దేశం అని సగర్వంగా ప్రకటించాడు ఆముక్త మాల్యద ప్రబంధంలో.

నన్నయ, తిక్కన, ఎర్రన, పోతన, పెద్దన, ధూర్జటి, చేమకూర వేంకట కవి, తాళ్లపాక తిమ్మక్క, మొల్ల, రంగాజమ్మ, ముద్దుఫళణి వంటి ప్రాచీన కవులు, కవయిత్రులు తెలుగు సాహిత్యాన్ని సుసంపన్నం చేశారు. కందుకూరి వీరేశలింగం పంతులు, గురజాడ అప్పారావు, శ్రీశ్రీ, చెరబండరాజు, కాళోజీ నారాయణరావు, ఓల్గా, జయప్రభ, కొండేపూడి నిర్మల వంటి ఆధునిక కవులు. కవయిత్రులు, రచయితలు తెలుగు భాషకు వన్నె తెచ్చారు. ఇప్పటి వరకు దాదాపుగా రెండు వేల మందికి పైగా కవులు, కవయిత్రులు తెలుగు సాహిత్యంలో రచనలు చేశారు. ఇంతమంది రచయితలున్న భాష ప్రపంచ సాహిత్యంలో మరొకటి కనిపించదు. కథానిక నవల, ఏకాంకిక, వ్యాసం, హైకు, రెక్కలు, నానీలు వంటి ఆధునిక ప్రక్రియలతో తెలుగుసాహిత్యం విరాజిల్లు చున్నది. ఇంతటి విశిష్ఠత కలిగిన, ఖ్యాతి పొందిన తెలుగు భాష నేడు నిరాదరణకు గురౌతున్నది. అందుకు పాలకులు, ప్రజలు కూడా బాధ్యులే. ఆంగ్లభాష వ్యామోహం ఆంధ్రభాషను కళావిహీనంగా చేస్తున్నది.

41

పాతిక సంవత్సరాల పూర్వం వరకు పామరుడు సైతం ఎన్నో పాటలు, పద్యాలు తన్మయుడై పాడుకొనేవాడు. కానీ నేడు తెలుగు మాట్లాడటం, తెలుగు మాధ్యమంలో చదవటం నామోషీగా భావిస్తున్నారు. మేధావులు కూడా ఈ విషయంలో మినహాయింపు పొందలేదు. దీనిని తెలుగు జాతికి పట్టిన దౌర్భాగ్యస్థితిగా అభివర్ణించవచ్చు. ఈ మాటలు కొందరికి కోపం కలిగించినా వారు బాధపడాల్సిన అవసరం లేదు. ఎందుకంటే యథార్థమెప్పుడూ వెగటుగానే ఉంటుంది. ప్రతి తెలుగువాడు ప్రతిరోజూ ప్రత్యక్షంగా చూస్తున్నదే గదా ! మన రాష్ట్రంలో ఉన్నన్ని ఆంగ్ల మాధ్యపు పాఠశాలలు మరే రాష్ట్రంలోనూ లేవు. తెలుగు మాట్లాడటాన్ని చాలా విద్యాసంస్థలు నేరంగా భావిస్తున్నాయి. తెలుగులో మాట్లాడినందుకు ఒక పాఠశాల యజమాని పసి బాలుని చేయి విరగొట్టిన సంఘటనను మనం పత్రికాముఖంగా చదివిందే గదా ! ప్రపంచ తెలుగు మహాసభలను అట్టహాసంగా మనం జరుపుకొన్నా ఆచరణలో లేనపుడు వాటికి ప్రయోజనం ఏముంటుంది ? అందువల్ల మనం తెలుగు చదువుదాం, తెలుగులో మాట్లాడుదాం, తెలుగులో రాద్దాం. అటు తరువాత పరభాషలు ఎన్నైనా నేర్చుకుందాం. అంతేగాని మన మాతృభాషను వదలి, పరభాషల్లో పాండిత్యం సంపాదించాలని వెంపర్లాడటం ఎండమావుల వెంటపరుగులు తీయటంగానే భావించాలి. మాతృభాషను తృణీకరించిన వారెవరూ పరభాషలో ప్రవీణులు కాలేదు.

ప్రతిభావంతులెవరూ తెలుగుభాషను చులకన చేయలేదు. ప్రపంచ మేధావి కట్టమంచి రామలింగారెడ్డి గారు, పదనాలుగు భాషలలో దిట్ట అయిన మాజీ ప్రధాని శ్రీ పి.వి.నరసింహారావు గారు, పదనాలుగు భాషల్లో విశేష పాండిత్య ప్రకర్షను చూపిన పుట్టపర్తి నారాయణాచార్యులు తెలుగువారే. వారు తెలుగును ప్రేమించి గౌరవించి అభిమానించిన వారే కదా ! 'ఏదేశమేగినా ఎందు కాలిడినా, పొగడరా నీ తల్లి భూమి భారతిని' అని రాయప్రోలు సుబ్బారావు గారు అన్నట్లు పై ముగ్గురు పండితులు ఎన్ని దేశాలు తిరిగినా, ఎన్ని భాషలు నేర్చినా తెలుగును మరవలేదు సరికదా దాని ఖ్యాతిని దశదిశల చాటిచెప్పారు. ప్రాచీన కవులు, కవయిత్రులు తెలుగులో అపారమైన

సాహిత్యాన్ని సృజించగా ఆధునికులు దాని గొప్పదనాన్ని తెలియజేస్తూ కవిత్వం రాశారు. 'మా తెలుగు తల్లికి మల్లెపూదండ' అని శంకరంబాడి సుందరాచారి గారు తెలుగును తల్లితో పోల్చారు. "చెయ్యెత్తి జైకొట్టు తెలుగోడా – గతమెంతో ఘనకీర్తి కలవాడా !" అంటూ వేములపల్లి శ్రీకృష్ణ పౌరుషాన్ని రగిలించాడు. ఆంధ్రత్వం లేని బ్రతుకును ఆశించవద్దని తుమ్మల సీతారామమూర్తి చౌదరి గారు ఇలా హితవు పలికారు.

కం॥ ఆంధ్రుడవై జన్మించితి
నాంధ్రుడవై యనుభవింపు మాయుర్విభవం
బాంధ్రుడవై మరణింపుమి
ఆంధ్రత్వము లేని బ్రతుకు నాసింపకు మీ !

ఆంధ్రుడవై జన్మించినందుకు గర్వించాలని కోరాడు కవి. ఆంధ్రజాతి, ఆంధ్రభాష గొప్పదనాన్ని గూర్చి కవిసామ్రాట్ విశ్వనాథ సత్యనారాయణ గారు ఇలా అన్నారు.

సీ॥ ఒక్క సంగీతమేదో పాడునట్లు భా
షించునప్పుడు వినిపించుభాష
విస్ఫష్టముగ నెల్ల విన్పించునట్లు స్ప
ష్టోచ్ఛారణంబున నొనరు భాష
రసభావముల సమర్పణ శక్తియందున
నమర భాషకును దీటైన భాష
జీవులలో నున్న చేవయంతయుం చమ
త్కృతి పల్కులన్ సమర్పించుభాష

తే॥ భాషలొక పది తెలిసిన ప్రభువు చూచి
భాషయన నిద్దియని చెప్పబడిన భాష
తనర ఛందస్సులోన యందమ్ము నడక
తీర్చి చూపించినట్టిది తెలుగు భాష – అంటూ తెలుగుభాష వైశిష్ట్యాన్ని వేనోళ్ల పొగిడాడు.

పై పద్యంలో తెలుగుభాష గొప్పదనాన్ని చాలా అద్భుతంగా వర్ణించాడు. తెలుగుభాషకు సంగీతాత్మక లయ, స్పష్టోచ్చారణ, రసభావాల పోషణ, చక్కని చమత్కృతి కలిగినదని కీర్తించాడు కవి.

ఆచార్య సినారె గారు తెలుగుభాష ఔన్నత్యాన్ని గూర్చి ఇలా అంటారు.

"వేన వేల కవుల వెలుగులో రూపొంది దేశదేశమందు వాసిగాంచి,

వేలయేండ్ల నుండి విలసిల్లు నాభాష, దేశభాషలందు తెలుగు లెస్స !

తెలుగులో వేలాది మంది కవులున్నారని, తెలుగు భాష దేశ విదేశాలలో ఖ్యాతిగాంచినదని, వేలయేండ్ల నుండి విలసిల్లుతున్నదని తెలుగుభాషను కొనియాడాడు. ప్రజాకవి కాళోజీ నారాయణరావు గారు ఒక ప్రక్క తెలుగుభాష గొప్పదనాన్ని ప్రశంసిస్తూ, మరో పక్క తెలుగువారికి తెలుగు భాషపట్ల ఉన్న నిర్లక్ష్యాన్ని ఎండగడుతూ ఇలా అంటాడు.

"ఏ భాషరానీది యేమి వేషమురా ?
ఈ భాష ఈ వేషమెవరి కోసమురా ?
ఆంగ్లమందున మాటలాడ గల్గగనే
ఇంతగా గుల్కెదవు ఎందుకోసమురా ?
సూటు బూటు హ్యాటు షోకుగా దొడుగ
ఘనతేమి వచ్చెరా గర్వమేటికిరా ?
ఉర్దూ మాటలాడి యుబ్బిచ్చి పడుటకు
కారణం బేమిటో కాస్త చెప్పుమురా ?
లాగు షేర్వాణీలు బాగుండునునుచు
మురిసిపోయెద వంత మురిపెమేమిటిరా ?
నీభాష దీనతకు నీవేష దుస్థితికి
కారకుడ నీవయని కాంచవెందుకురా ?
నీవేష భాషలను నిర్లక్ష్యముగా జూచు

భావ దాస్యం బెప్పు బాసిపోవునురా ?
దేశభాషలందు తెల్గులెస్సయటంచు
తెలుగుబిడ్డా ! యెపుడు తెలుసుకొందువురా ?
తెలుగు బిడ్డవు రోరి తెలుగుమాట్లాడుటకు
సంకోచపడియెదు సంగతేమిటిరా ?
తెలుగు బిడ్డదవయ్యు తెలుగు రాదంచును
సిగ్గులేక ఇంక జెప్పుటెందుకురా ?
అన్య భాషలు నేర్చి ఆంధ్రంబు రాదంచు
సకిలించు ఆంధ్రుడా ! చావవెందుకురా ! – అంటూ గర్విస్తాడు,

కొన్నిచోట్ల నిలదీస్తాడు, మరొక సందర్భం చెప్పి మొట్టికాయలు వేస్తాడు.

వైద్యం వేంకటేశ్వరాచార్యులు గారు తెలుగు భాష గుణగణాలను, చరిత్రను, సాహిత్య పరిణామక్రమాన్ని కళ్లకుకట్టినట్లు 100 పద్యాల్లో చిత్రించాడు. వాటిలో కొన్నింటిని పరిశీలిద్దాం.

ఆ॥వె॥ తాళ్లపాక సుకవి తల్లజుల్ సెప్పిరి
కమ్మనైన తెలుగు కైతలెన్నొ
తెలుగు పలుకుబడులు తెలుగు జాతీయముల్
తెలుగు నుడుల జడులఁ దెలుగు భాష

ఆ॥వె॥ ప్రౌఢమైన శైలి పాకమ్ము దనరార
ప్రజల జీవనమ్ము ప్రతి ఫలింప
అద్భుతముగ చెప్పె నాముక్తమాల్యద
తెలుగువల్లభుండు తెలుగుభాష

ఆ॥వె॥ తెలుగు నాటకమ్మువలె భారతమ్మును
తీర్చిదిద్ది నట్టి తిక్కనార్య !
తియ్యదనము మీకు తేటమాటల తీరు

నలరునయ్య నీదు తెలుగభాష ! – అంటూ కవి ఉద్బోధించాడు.

ప్రాచీన ఆధునిక కవులందరూ తెలుగు భాష, సాహిత్యాలను వేనోళ్ల కొనియాడారు. తమిళ పండితులైన అయ్యప్ప దీక్షితులు–ఆంధ్రత్వం, ఆంధ్రభాషా పూర్వ జన్మ తపః ఫలం వల్లనే లభిస్తాయంటాడు. ఎవరెన్ని చెప్పినా తెలుగు మాట్లాడటమన్నది ఆత్మోన్నత్యానికి చిహ్నంగా ముద్రవేయలేక పోతున్నది. ఇది చాలా విచారించదగ్గ విషయం.

అమాయక ఆటవిక గిరిజన తెగలవారు వారి మాతృభాషను కాపాడుకుంటూ వస్తున్నారు. వారి సంస్కృతి సంప్రదాయాలను కొనసాగిస్తున్నారు. నాగరికులైన మనం మాతృబాషను తృణీకరిస్తూ పరభాషా వ్యామోహంలో పడికొటుకుపోతున్నాం. దీనిని మన తెలుగుజాతికి, సంస్కృతి, వారసత్వానికి అశుభ పరిణామం గానే భావించాలి. తెలుగు భాషను కాపాడుకోవటం–కన్న తల్లిని ఆదరించిన దానితో సమానం. అందుకు మనందరం నడుంకట్టి ముందడుగు వేద్దాం. అందుకు మనం చేయవలసిన కొన్ని విధులు, బాధ్యతలుగా ఈ కింది వాటిని పేర్కొనవచ్చు.

- తెలుగును చదువుదాం.
- తెలుగులో మాట్లాడుదాం.
- తెలుగుభాష గొప్పదనాన్ని చాటి చెబుదాం.
- మన ఇంటిలో తెలుగు గ్రంథాలు ఉంచుదాం.
- తెలుగులో మాట్లాడటం ఆత్మాభిమానానికి చిహ్నంగా భావిద్దాం.
- తెలుగు పద్యాలు నేర్చుకుందాం.

ప్రభుత్వం తీసుకోవాల్సిన చర్యలు !

- తెలుగును ఒక సబ్జెక్టుగా డిగ్రీ వరకూ విధిగా చదువునట్లు చూడటం.
- తెలుగు మీడియం విద్యార్థులకు ఉపాధి అవకాశాల్లో ప్రాధాన్యతనివ్వటం.
- తెలుగు భాషకు ప్రత్యేక మంత్రిని నియమించటం.
- ఉత్తర ప్రత్యుత్తరాలన్నీ తెలుగులో జరిగేటట్లు చూడటం.

- తెలుగువారి సంస్కృతి సంప్రదాయాలు విధిగా అందరూ పాటించునట్లు తగు చర్య తీసుకోవటం.
- ప్రతి ప్రాథమిక పాఠశాలకు తెలుగు పండితుని నియమించడం.
- అన్ని రకాల పేర్లు తెలుగులో ఉండునట్లు శ్రద్ధ వహించటం.
- తెలుగు సంస్కృతిని ప్రతిబింబించే పుస్తకాలు ముద్రించటం – వాటిని ప్రజలకు కారుచౌకగా అందించటం.
- పిల్లలకు పద్యపఠన పోటీలు క్రమం తప్పకుండా నిర్వహించటం.

ఇది ఏ ఒక్కరి బాధ్యతోకాదు. తెలుగువారందరి ఉమ్మడి కర్తవ్యం. ఇప్పటికే జరగవలసినంత ఆలస్యం జరిగిపోయింది. ఎంతో భాషా సంపదను కోల్పోయాం. అందువల్ల గతాన్ని గుణపాఠంగా తీసుకొని మన భాష, సాహిత్యం, సంస్కృతి పరిరక్షణకు శక్తి వంచన లేకుండా కృషి చేద్దాం. భావితరాలకు మధురమైన కమ్మనైన భాషను అందిద్దాం. తెలుగు సంస్కృతిని వారసత్వపు ఆస్తిగా అందిద్దాం.

తెలుగు భాషా పరిరక్షణ సమితి, పుంగనూరు వారు 29 జనవరి 2014 నాడు "తెలుగు భాష పరిరక్షణ- మన బాధ్యత" అనే అంశంపై నిర్వహించిన జాతీయ సదస్సులో సమర్పించిన వ్యాసం.

తెలుగు భాషాభివృద్ధి – అధికార భాషా సంఘం కృషి

తెలుగు భాష, సంస్కృతులకు రెండు వేల సంవత్సరాలకు పైబడిన చరిత్ర ఉంది. ఆంధ్రము, తెనుగు, తెలుగు, త్రిలింగము వంటి పేర్లు మన భాషకు ఉన్నట్లు సాహిత్య చారిత్రక ఆధారాల ద్వారా తెలుస్తున్నది. భారతదేశంలో దక్కన్ పీఠభూమి తూర్పు తీరాన్ని ఆనుకొని ఆంధ్రప్రదేశ్ ఉంది. ప్రాచీన వాఙ్మయంతో దక్షిణాపథ అనే పదాన్ని వింధ్య పర్వతాలకు కన్యాకుమారికి మధ్య ప్రాంతం అనే అర్థంలో వాడారు. ప్రాచీన వాఙ్మయంలోని అంధాపథమే ఇంచుమించుగా నేటి ఆంధ్రప్రదేశ్ అని చెప్పవచ్చు. ఆంధ్రదేశం ఉత్తర, దక్షిణ భారత భూభాగాలను కలిపే కూడలిలోఉంది. ఆంధ్రుల సంస్కృతి వికాసానికి ఇది ఎంతో దోహదం చేసింది. ఆర్యుల సంస్కృతి, సహజమైన ద్రావిడ సంస్కృతి మిళితమై ఆంధ్రుల జాతీయ సంస్కృతి విశిష్టంగా రూపొందింది. అంతేగాక భారతజాతి సంస్కృతీ వికాసానికి కూడా ఇది ఎంతో దోహదం చేసింది. ఉత్తర దక్షిణ భారతీయ సంస్కృతులకు వారధిగా నిలిచి, రెంటిలోనూ ఉన్న ఉత్తరు లక్షణాలను స్వీకరించింది.

తెలుగుదేశాన్ని మౌర్యులు, శాతవాహనులు, ఇక్ష్వాకులు, విష్ణుకుండినులు, చాళుక్యులు, వేంగిరాజులు, కాకతీయులు, రెడ్డిరాజులు, విజయనగర రాజులు, గోల్కొండనవాబులు, మొగలాయిలు వంటి రాజవంశాలు పరిపాలించాయి. అటు తరువాత బ్రిటీషు వారి పలుబడి సాగింది. స్వాతంత్ర్యానంతరం కాంగ్రెస్, తెలుగుదేశం పార్టీలు ప్రజాస్వామ్యయుతంగా ఎన్నికై పాలన సాగిస్తున్నాయి. రాజరిక పాలనలోనూ, తెల్లదొరల ఆధిపత్యంలోనూ, నేటి ప్రజాస్వామ్య యుగంలోనూ తెలుగు భాష ప్రజల భాషగా వెలుగొందుతున్నది. సంస్కృతం, పర్షియా, ఉర్దూ, ఫ్రెంచ్, అరబిక్, ఇంగ్లీష్ వంటి భాషలు ఎంతగా ప్రభావం చూపినా వాటిలోని పదజాలాన్ని తనలో ఇముడ్చుకున్నదే గాని తెరమరుగు కాలేదు మన తెలుగు భాష. అందుకు ప్రధాన కారణంగా తెలుగుభాష పటిష్టతనే చెప్పుకోవచ్చు. అందుకే ప్రాచీనులు అర్వాచీనులు మన భాష గొప్పదనాన్ని పలువిధాలుగా శ్లాఘించారు. స్వాతంత్ర్యానంతరం తెలుగును

అధికార భాషగా గుర్తించారు. అధికార భాషగా తెలుగు అమలు తీరు తెన్నులు చర్చించే ముందు తెలుగు భాష వైశిష్ట్యాన్ని దిఙ్మాత్రంగా పేర్కొనటం సముచితంగా ఉంటుంది. 'దేశభాషలందు తెలుగులెస్స' అని మహాకవి శ్రీనాథుడు, సాహితీ సమరాంగణ సార్వభౌముడు శ్రీకృష్ణదేవరాయలు శ్లాఘించారు. కవి సామ్రాట్ విశ్వనాథ సత్యనారాయణ తెలుగు భాషను ఇలా ప్రశంసిచాడు.

సీ॥ ఒక్క సంగీత మేదో పాడునట్లు భా
షించునప్పుడు వినిపించు భాష
విస్పష్టముగ నెల్ల విన్పించునట్లు స్ప
ష్టో చ్చారణంబున నొనరు భాష
రస భావముల సమర్పణ శక్తియందున
నమర భాషకును దీటైన భాష
జీవులలో నున్న చేవయంతము చమ
త్కృతి పల్కులన్ సమర్పించు భాష

తే॥గీ॥ భాషలొకపది తెలిసిన ప్రభువు చూచి
భాషయన నిద్దియని చెప్పబడిన భాష
తన ఛందస్సులోని యందమ్ము నడక
తీర్చి చూపించినట్టిది తెలుగు భాష" – అంటారు.

తెలుగు భాషలో సంగీతం, రసభారం, జీవులలో ఉన్న చేవ ఉన్నాయంటాడు కవి. ఛందస్సులో అందమైన నడకను తెలుగుభాష చూపించింది మరి. ఇంకా తెలుగు భాష గొప్పదనాన్ని గూర్చి శంకరంబాడి సుందరాచారి, కందుకూరి వీరభద్రరావు, వేములపల్లి శ్రీకృష్ణ, తుమ్మల సీతారామమూర్తి చౌదరి, యలమర్తి రమణయ్య, రమేశ్వరరాజు, జె.బాపురెడ్డి, డా॥ ఘన శ్యామల, డా॥ సినారె, ఆకుండి రామశర్మ, పోలేపెద్ది రాధాకృష్ణ మూర్తి, చిగురుమళ్ళ శ్రీనివాస్, కాళోజీ నారాయణరావు, కుందుర్తి ఆంజనేయులు, మల్లెమాల సుందరరామి రెడ్డి, నార్ల చిరంజీవి, డా॥ జక్కంపూడి

మునిరత్నం, ఆరుద్ర, రాయప్రోలు సుబ్బారావు, నండూరి రామకృష్ణమాచార్యులు, డా॥ మీగడ రామలింగస్వామి వంటి వారెందరో ప్రశంసించారు.

నేడు తెలుగులో పాతిక వరకు దినపత్రికలు, వంద వరకు వార, మాస పత్రికలు వెలువడుతున్నా తెలుగుభాష అనుకున్న స్థాయిలో వినియోగించబడటం లేదు. ఎందరో మేధావులు, భాషాభిమానులు చేసిన పోరాట ఫలితంగా తెలుగుకు ప్రాచీన హోదా లభించింది. ఆ స్ఫూర్తిని ప్రతి తెలుగు వాని మదిలో నింపాలని భావించిన ప్రభుత్వం 2012 డిసెంబరు మాసం 27, 28, 29 తేదీలలో తిరుపతిలో ప్రపంచ తెలుగు మహాసభలను అంగరంగ వైభవంగా నిర్వహించింది. లక్షలాదిగా భాషాభిమానులు, సాహితీవేత్తలు హాజరై మాతృభాషాభిమానాన్ని చాటుకున్నారు. అయినా తెలుగు భాషా వినిమయంగాని, వినియోగం గాని అనుకున్నంతగా అమలు జరగటం లేదు. ఇది జగమెరిగిన సత్యం. ఉత్తర ప్రత్యుత్తరాలన్నీ తెలుగులోనే జరగాలని ప్రభుత్వం ఉత్తర్వులు జారీ చేసినా, నేటికీ చాలా శాఖల్లో అమలు జరపటం లేదు.

ప్రజాస్వామ్యంలో ప్రజల భాషలో పరిపాలన జరపటం ప్రధాన లక్ష్యంగా భాషాప్రయుక్త రాష్ట్రాలు ఏర్పడ్డాయి. ఆంధ్ర రాష్ట్రం ఏర్పడకముందే 1948లో ఉమ్మడి మద్రాసు రాష్ట్రంలో భాగమైన తూర్పుగోదావరి జిల్లాలో, 1952లో హైదరాబాద్ రాష్ట్రంలోని ఖమ్మం, వరంగల్, కరీంనగర్, నల్గొండ జిల్లాలోను తెలుగును అధికార భాషగా అమలు చేయటానికి నిర్ణయాలు జరిగాయి. ఆంధ్ర రాష్ట్రం ఏర్పడిన తరువాత 1955 సెప్టెంబర్‌లో ఆంధ్రరాష్ట్ర శాసనసభలో ప్రభుత్వ వ్యవహారాలన్నింటినీ తెలుగులోనే నిర్వహించాలని వచ్చిన ప్రైవేట్ బిల్లును తోసిపుచ్చటం జరిగింది. 1956లో ఆంధ్రప్రదేశ్ ఏర్పడిన తరువాత కూడా అన్నిస్థాయిల్లోనూ తెలుగును అధికారభాషగా అమలు చేయటానికి తగిన చర్యలు వెంటనే తీసుకోవటం జరగలేదు. అప్పుడు ఆంధ్రప్రదేశ్ శాసన సభాధ్యక్షులు అయ్యదేవర కాళేశ్వరరావు గారి ఆద్వర్యంలో శాసనసభ నియమించిన ఉపసంఘం "తెలుగు పారిభాషిక పదకోశము" తయారు చేసింది. దానిలో తెలుగును అధికారభాషగా చేయటానికి పునాదిపడింది.

ఆంధ్రప్రదేశ్ అధికార భాషా శాసనం 1966లో శాసన రూపం దాల్చింది. ఈ శాసనంలోని ముఖ్యాంశాలివి.

- ఆంధ్రప్రదేశ్‌లోని అన్ని ప్రాంతాలలోనూ 1966 మే 14వ తేదీ నుండి తెలుగును అధికార భాషగా నిర్ణయం చేయటం జరిగింది.

- ఏయే ప్రభుత్వ శాఖలలో కార్యకలాపాలకు ఏయే తేదీల నుండి తెలుగును ఉపయోగించవచ్చునో రాష్ట్ర ప్రభుత్వ గెజిట్ ద్వారా ఆదేశించవచ్చు.

- శాసనమండలిలోనూ, ఏ సభలోనైన ప్రవేశపెట్టే బిల్లులు.

- గవర్నర్ జారీచేసే ఆర్డినెన్స్‌లు.

- రాష్ట్ర శాసనం కింద కానీ, పార్లమెంట్ శాసనం కింద కానీ రాష్ట్ర ప్రభుత్వం, అధికార వర్గాల నుంచి జారీ చేసే ఉత్తర్వులు నియమాలు, రెగ్యులేషన్లు, నిబంధనలు, ఉపనిబంధనలలో ఉపయోగించే భాష ప్రభుత్వ గెజిట్‌లో నిర్ణయించే తేదీ నుండి తెలుగుభాష అమలులో ఉండాలి.

ఈ చట్టం ప్రకారం అధికార భాషా శాసనాన్ని ప్రకటించిన అయిదు సంవత్సరాల తరువాత రాష్ట్ర ప్రభుత్వం అధికార భాషా సంఘాన్ని ఏర్పాటు చేసింది. అందులో ఒక అధ్యక్షుడు, నలుగురు ఇతర సభ్యులు ఉంటారు. ప్రభుత్వ కార్యకలాపాలలో తెలుగు భాషను ఉపయోగించటంలో సాధించిన ప్రగతిని ఈ సంఘం సమీక్షిస్తుంది. దీనికి సంబంధించి ప్రభుత్వానికి రాయవచ్చునని 1970లో ఉత్తర్వులు జారీ అయ్యాయి. దీనికనుగుణంగానే కళాశాల స్థాయి వరకు తెలుగును బోధనా భాషగా ప్రవేశ పెట్టటం జరిగింది. 1972లో రాష్ట్ర మంత్రివర్గం తెలుగు బోధనా భాషగా చదివిన విద్యార్థులకు ఉద్యోగావకాశాలలో ప్రాధాన్యత ఇచ్చే విషయాన్ని నిర్ణయించి పబ్లిక్ సర్వీస్ కమీషన్‌కు పంపింది. ఆంధ్రప్రదేశ్ అధికార భాషా సంఘానికి శ్రీవావిలాల గోపాలకృష్ణయ్య మొదటి అధ్యక్షులుగా ఉన్నారు.

అయితే ప్రభుత్వ చట్టం అమలు జరగటం లేదు. ప్రభుత్వ కార్యాలయాల్లో ఉత్తర ప్రత్యుత్తరాలన్నీ ఆంగ్లంలోనే సాగుతున్నాయి. ఇంటర్మీడియట్‌లో విద్యార్థులు

51

సంస్కృతాన్ని ఐచ్ఛికంగా ఎన్నుకొని చదువుకుంటున్నారు. మార్కుల స్కోరు కోసం ప్రైవేటు కళాశాలలన్నీ సంస్కృతాన్ని నిర్బంధంగా పిల్లలపై రుద్దుతున్నాయి. దాదాపు డిగ్రీలోనూ ఇదే స్థితి కనిపిస్తున్నది. ఇక పి.జి.స్థాయిలో ఒకే సబ్జెక్టు కాబట్టి వారిని ఒత్తిడి చేయలేం. అంతర్జాతీయ అవసరాల నెపంతో భాషలు తప్ప మిగిలిన సబ్జెక్టులన్నీ ఆంగ్లంలోనే ఉంటున్నాయి. మరొక పచ్చి నిజం ఏమంటే ఒకటవ తరగతి నుంచి పి.జి. వరకు ఒక్క తెలుగు అక్షరం నేర్వకుండానే చదువుకొనే అవకాశం మన రాష్ట్రంలోనే ఉంది. ఇది చాలా శోచనీయం. ఈ విషయంలో పాలకులు దృష్టి పెట్టాలి. అప్పుడే భాషాభివృద్ధి జరుగుతుంది. అందులో కొన్ని చర్యలు తీసికోవాలి. వాటిని ఇలా పేర్కొనవచ్చు.

ప్రభుత్వం తీసుకోవాల్సిన చర్యలు:

1. బోధనా భాషగా తెలుగును అమలుపరచటానికి అనుగుణంగా తెలుగుభాషను ఆధునికీకరించాలి.
2. తెలుగులో వివిధ విషయాలకు సంబంధించిన పాఠ్యగ్రంథాలను, రెఫరెన్స్ పుస్తకాలను, పదకోశాలను తయారు చేయాలి.
3. వీలైనంతవరకు తెలుగు మాటలలోనే పారిభాషిక పదాలను సృష్టించుకొనే ప్రయత్నం చేయాలి.
4. తేలిక మాటలతో, సరళమైన వాక్యాలలో అభిప్రాయం ప్రకటించే అలవాటు పెంచాలి.
5. అన్ని మాండలికాలకూ దగ్గరగా ఉండే పద్ధతిలో ప్రమాణభాష ఏర్పడాలి.
6. విజ్ఞాన, సామాజిక శాస్త్ర రంగాలలో అనువాదాలను కాక స్వతంత్ర రచనలను ప్రోత్సహించాలి.
7. భిన్నశాస్త్రాలకు సంబంధించిన అంశాలను తెలుగు ద్వారా పరిశోధనలు చేయటానికి అవకాశాలు కల్పించాలి.

8. పరిపాలనకు సంబంధించిన అన్ని వ్యవహారాల్లోనూ, తెలుగులోనూ పదాలు లేకపోయినా సృష్టించుకోవటం, సాధ్యం కాకపోయినా తెలుగు వాక్యాలలోనే ఇంగ్లీషు భాషాపదాలను కలిపి రాయటానికి అవకాశం ఇవ్వాలి.
9. భాషను ఉపయోగించే విషయంలో అనవసరమైన కట్టుబాట్లను పరిహరించాలి.
10. కాలానుగుణంగా వచ్చే మార్పులను బట్టి తెలుగుభాషను ఆధునికీకరించాలి.
11. ప్రతి ఒక్కరిలో మాతృభాషాభిమానాన్ని కలిగించాలి.
12. పాఠ్యపుస్తకాల్లో అక్షర దోషాలు లేకుండా ముద్రణ జరుగునట్లు చూడాలి.
13. నేడు గోడరాతలు, వాణిజ్య ఫలకాలు, బస్సులు, ఇతర వాహనాలపై రాసిన రాతలు, కరపత్రాలు వంటి వాటిలో అక్షర దోషాలున్నాయి. వాటి నివారణపై ప్రభుత్వం ప్రత్యేక శ్రద్ధ తీసికోవాలి.
14. పాఠ్యగ్రంథాలలో ఒక తరగతిలో పరిచయం చేసిన కవినిగాని, రచయితను గాని మరొక తరగతిలో తిరిగి పరిచయం చేయరాదు.
15. ప్రాచీన, మధ్య, ఆధునిక కవుల రచనలన్నింటిని స్థాలీపులీక న్యాయంగా పరిచయం చేయాలి.
16. విద్యార్థులు పాఠ్యపుస్తకాలు చదివేటట్లు ప్రోత్సహించాలి.
17. బాధ్యత అంతా ప్రభుత్వంపై వేయకుండా ప్రజలు, స్వచ్ఛంద సంస్థలు కూడా తెలుగు భాషాభివృద్ధికి కృషిచేయాలి.
18. తెలుగు సాహిత్యంపై అన్నిస్థాయిల్లో పోటీలు నిర్వహించి బహుమతులంద జేయాలి.
19. తెలుగు మాట్లాడటం, తెలుగులో రాయటం మన ఆత్మాభిమానానికి నిదర్శనంగా భావించాలి.

ప్రతి తెలుగువాడు మాతృభాషాభిమానంతో తెలుగులో మాట్లాడాలి, తెలుగులో రాయాలి, తెలుగువాడైనందుకు గర్వించాలి. వస్త్రధారణలో తెలుగుదనం ఉట్టిపడునట్లుగా వ్యవహరించాలి. అప్పుడు మాత్రమే మనం కన్న తల్లిని, కన్న తండ్రిని, మాతృ భాషను గౌరవించి ఆదరించిన వారవుతాము. ఈ దిశగా ప్రతి తెలుగువాడు ముందడుగు వేయాలని, వేస్తారని ఆశిద్దాం.

తెలుగు విభాగం, ఉస్మానియా కాలేజి (అటోనామస్), కర్నూలు వారు దక్షిణ ప్రాంతీయ భాషాకేంద్రం వారి సహకారంతో 25-26 ఫిబ్రవరి 2014 నాడు "ప్రపంచీకరణ తెలుగు భాష, సాహిత్యం మరియు సంస్కృతి" అనే అంశంపై నిర్వహించిన అంతర్జాతీయ సదస్సులో సమర్పించిన వ్యాసం.

దళిత స్త్రీల దుర్భర జీవన దృశ్యం – 'ముద్ర' నవల చిత్రణం

రచయిత తన కాలంనాటి సామాజిక స్థితిగతులను యథాతథంగా చిత్రించవచ్చు. అతను అంతటితో తన బాధ్యత తీరినట్లు భావించవచ్చు. అలాంటి రచయితలు సామాన్య రచయితల కోవలోకి వస్తారు. కానీ సామాజిక స్పృహ ఉన్న రచయితలు సామాజిక దురాచారాలను రూపుమాపుటకు, ప్రజల్లో చైతన్యం తెచ్చుటకు ఉత్తమ రచయితలు రచనలు చేస్తారు. ఈ కోవకు చెందిన రచయితలు అరుదుగా ఉంటారు. అలాంటి వారిలో రెండో కోవకు చెందిన రచయిత డా॥ వి.ఆర్. రాసాని గారు.

డా॥ వి.ఆర్. రాసాని గారి కలం నుండి కవితలు, కథలు, నవలలు, నాటకాలు, విమర్శా వ్యాసాలు వెలువడ్డాయి. ప్రతి రచనలోనూ వీరి ముద్ర ప్రస్ఫుటంగా కనిపిస్తుంది. అట్లాంటి వాటిలో అద్వితీయమైనది 'ముద్ర' నవల. ముద్ర అంటే ఏదైనా ఒక వస్తువు పైనో, జంతువుపైనో, ఆస్తి పైనో దానిపై హక్కు గలిగిన వారు తమ సంకేతం స్పష్టంగా కనిపించేటట్లు గుర్తు వేయటం. అది కాలక్రమంలో స్త్రీలకు ముద్రపేరుతో అన్వయించబడింది. అది కూడా దళిత స్త్రీలకే. మాతృస్వామ్య వ్యవస్థపోయి పితృస్వామ్య వ్యవస్థ వచ్చిన కాలంలో పురుషాధిపత్యం నిరూపించుకొనే దశలో మగవాడు ఏర్పరచిన దురాచారం ఈ బసివిని, మాతమ్మ, జోగిని. ఇది రాచరిక కాలం నుంచి నేటి వరకు నిరాటంకంగా కొనసాగుతున్నది. వ్యభిచారాన్ని జీవనాధారంగా చేసికొని బ్రతికే స్త్రీలతోపాటు దేవాలయాలలో సేవకురాండ్రుగా బ్రతికే స్త్రీలు కూడా మనకు చరిత్రలో కనిపిస్తారు. వీరికి దేవదాశీలని పేరు. బాల్యంలోనే వీరు దేవాలయాలకు ఇచ్చి వేయబడతారు.

చారిత్రక వాఙ్మయ ఆధారాలను మనం పరిశీలించి చూస్తే, దేవదాసిగా అర్పించబడు బాలికకు ఐదేండ్ల వయస్సు నుంచే పెద్దలు శిక్షణ మొదలు పెడతారు. ఏయే సమయాల్లో ఎలాంటి నృత్యాలు చేయాలో నేర్పుతారు. విద్య నేర్పిన తరువాత ఎడమ భుజాన శంఖం, కుడి భుజాన చక్రం, వక్షస్థల కుడి భుజాన నామముతో

55

కూడిన చక్రం ముద్రిస్తారు. వెండితో చేసి అగ్నిలో కాల్చి వాటితో ముద్రలు వేస్తారు. ఇదంతా వైష్ణవ సాంప్రదాయవాదులు చేసేవి. ఇక శైవ సంప్రదాయవాదులు లింగధారణ చేస్తారు. ఆనాటి నుండి దేవాలయాల్లో నర్తన చేయుటకు వీరు అర్హులవతారు.

దేవాలయాలకు అంకితం చేయబడ్డ వారికి వివాహం ఉండదు. కొంతమంది పెద్దలు తమ లైంగికవాంఛ తీర్చుకోవడానికి వారిని ఉపయోగించుకోవడం జరుగుతుంది. ప్రతి దురాచారంలోనూ ఏదోక ప్రత్యేకతను చూపటం మన వాళ్లకు వెన్నతో పెట్టిన విద్య. దేవదాసీలు నృత్యం చేసేటప్పుడు వారి శరీరాన్ని వివిధమైన దేవతలు ఆశ్రయించి ఉంటారని చెప్పారు. బ్రహ్మ రంధ్రమున సదాశివుడు, లలాటమున క్షేత్రపాలుడు, మణికట్టున మహాదేవుడు, హస్తములో స్థిరలక్ష్మి, హస్తాగ్రమున పార్వతి, పక్షన శ్రీమహావిష్ణువు, స్తనద్వయమున మేరు మంధరములు, నాభిని లక్ష్మి, జఘనమున భూదేవి, ఊరు ద్వంద్వమున ఇంద్రుడు, జంఘాలలో బ్రహ్మ, జానువులో వాయువు, దృక్కులో మన్మథుడు, పాద ద్వంద్వాన సూర్యచంద్రులు ఉంటారని చెప్పబడింది.

దేవదాసీలు నృత్యం చేసేటపుడు వారి ప్రత్యంగాన్ని శల్య పరీక్ష చేసే కుటిలాత్ములు తమ చర్యను సమర్థించుకోవటానికి ఈ వర్ణనలు చేసినట్లు తెలుస్తున్నది. పూర్వం నుంచి దేవదాసీలు మనకు కన్పిస్తున్నారు. క్రీ.పూ. 3వ శతాబ్దపు జోగిమర శాసనం దేవదాసీలను పేర్కొంటున్నది. క్రీ.శ. 625 వర్మలాట రాజు కాలం నాటి వసంత ఘడే శాసనం క్షైమర్య అనే స్థానిక నామంగల దుర్గాదేవి దేవాలయ నిర్మాణం గురించి తెలియజేస్తుంది. ఈ శాసనంపై 40 మంది సంతకాలు ఉన్నాయి. వీటిలో చివరిది ఒక గణికది. ఆమె దేవాలయంలో నృత్యం చేసే స్త్రీ అని కోశాంబి పేర్కొన్నాడు. ఇదే విధంగా 10వ శతాబ్దములో రాజరాజు చేత నిర్మించబడిన బృహదీశ్వరాలయంలో (తంజావూరు) 400 మంది దేవదాసీలు ఉన్నారు. హ్యూయాన్‌సాంగ్ క్రీ.శ. 7వ శతాబ్దంలో మన దేశానికి వచ్చినపుడు దేవదాసి ఆచారం బాగా వ్యాపించి ఉంది. ముఖ్యంగా సూర్య దేవాలయాలు శృంగార మందిరాలుగా ఉండేవి. ఈ చైనా యాత్రికుడు సూర్య దేవాలయాలలో ఎంతోమంది దేవదాసీలను చూశాడు.

ప్రాచీన మధ్య యుగాలలో కరువులు సంభవించినపుడు తమ పిల్లలను దేవాలయాధికారులకు అమ్మేవారు. వారిలో అందంగా ఉన్నవారిని దేవదాసీలుగా నియమించేవారు. పిల్లలులేని వారు తమకు పిల్లలు కలిగితే మొదటి ఆడ సంతానాన్ని దేవాలయానికి ఇస్తామని మ్రొక్కుకునేవారు. మూఢ విశ్వాసం ఉన్నవారు తమ పిల్లలు దురదృష్టవంతులని భావిస్తే వారిని దేవాలయానికి ఇచ్చేవారు. తమ ఐదవ సంతానాన్ని ఆడపిల్లలైతే నక్షత్ర బలం సరిగాలేని వారిని దేవదాసీలుగా ఇవ్వటం జరిగేది. ఆ దుస్సంప్రదాయం దేశమంతా వ్యాపించింది. శాస్త్ర సాంకేతిక రంగం ఎంతగానో అభివృద్ధి చెందిన ఈ రోజుల్లో కూడా దేశంలో అక్కడక్కడా దేవదాసీ వ్యవస్థ కొనసాగుతున్నది. అందులో ఆంధ్రప్రదేశ్ రాష్ట్రం చిత్తూరు జిల్లాలో మాతమ్మ పేరుతో ఈ దురాచారం రాజ్యమేలుతున్నది.

కార్వేటినగరం, ఎస్.ఆర్.పురం, నగరి, నింద్ర, నాగలాపురం, పుత్తూరు, నారాయణవనం, పిచ్చాటూరు, సత్యవేడు, వెదురుకుప్పం తదితర మండలాల్లో సుమారు 2500 మంది మాతమ్మ పేరుతో మగ్గిపోతున్నారని 2008లో అప్పటి కలెక్టర్ ఎస్.ఎస్.రావత్ ప్రకటించాడు. ఆ కాలంలోనే వీరందరూ సంఘటితంగా పోరాడి తమ డిమాండ్లు నెరవేర్చాలని ఆందోళన కూడా చేశారు.

డా॥ వి.ఆర్. రాసాని గారు ఈ జిల్లా వాసిగా ఉంటూ ఇక్కడి ప్రజల జీవనస్థితి గతులను బాగా ఆకళింపు చేసుకున్నారు. ఈ దుష్ట సంప్రదాయాన్ని చూసి చలించిపోయాడు. దీనిని ప్రజల దృష్టికి తీసికొనిపోవాలనుకున్నాడు. అందుకు వాహకంగా కలాన్ని ఎంచుకున్నాడు. దాన్ని హలంగా మలుచుకున్నాడు. దుష్ట సంప్రదాయమనే మొక్కలతో నిండిన భూమిని దున్ని రైతు చక్కని పంట వేసినట్లు రాసాని 'ముద్ర' నవల రాసి సమాజంపై తనకున్న సామాజిక బాధ్యతను బలంగా ముద్రవేశాడు. ఆ ముద్రకు ప్రతిరూపమే ఈ 'ముద్ర' నవల. వస్తుపరంగా ఈ నవలను పరిశీలిస్తే – కోటమ్మ ఒక దళిత యువతి. తమకు లొంగలేదన్న కసితో ఆ ఊర్లోని సర్పంచ్ ముసలయ్య, ఆ ఊర్లోని పూజారి శాస్త్రితో కుట్రపన్ని ఆమెను బసివినిగా మార్చటం జరుగుతుంది. ఈ సంఘటన పాఠకుల హృదయాలను ద్రవింపజేస్తుంది.

బసివినిగా మార్చబడిన బాలికపై జరిగే లైంగిక దాడిని రాసాని చిత్రించిన తీరును చదివితే హృదయం తరుక్కుపోతుంది. మానవత్వాన్ని మంటగలుపుతూ పూవు వంటి పసి బాలికను ఊరి వారందరూ ఎలా క్రూరంగా అనుభవిస్తారో కళ్లకు కట్టినట్లు చిత్రించాడు. బుడ్డమ్మ అనే బాలికను ఊరి వారు కర్కశంగా అనుభవిస్తారు. ఆ బాధ భరించలేని ఆ బాలిక రాత్రివేళ ఊరి బయట చెట్టుకు ఉరివేసుకొని చనిపోతుంది. ఆ ఘటన నేపథ్యాన్ని రచయిత ఇలా చిత్రించాడు.

నిండా పదునాలుగేండ్లు కూడా లేని బుడ్డమ్మను బసివినిచేసిన రాత్రి యాభై ఏండ్ల ముసలయ్య కన్నెరికం చేశాడు.

మధించిన ఆబోతులా ఆమె మీద పడ్డాడు. ఆ రోజు రాత్రి ఒక రూక ఆమె కొంగులో కట్టి సుకుమారమైన ఆమె శరీరాన్ని పువ్వులా మెత్తగా నలిపి పారేశాడు.

ఆమె తెల్లారేసరికి సొమ్మసిల్లిపోయింది. అలాగే పడి నిద్రపోయింది. ఏ తొమ్మిదికో ఆమె తల్లి అన్నం తెచ్చి లేపిందాకా శరీరం స్వాధీనంలోనే లేదు.

ముక్కు పచ్చలారని ఆ అమ్మాయిని ఆ స్థితిలో చూసిన తల్లి గుండె తరుక్కుపోయింది. కూతుర్ని వడిలోకి తీసుకొని బోరున ఏడ్చేసింది. బుడ్డమ్మ పిచ్చిగా తల్లి వైపు చూసింది. కళ్లనీళ్లు పెట్టుకుంది. అలా ఎంత సేపు ఏడ్చుకున్నారో వాళ్లకే తెలీదు. చివరికి తల్లే గబ గబా అంత ముగ్గుపిండి తీసుకుని కూతురికి పండ్లుతోమి నోరు, ముఖమూ కడిగింది. అన్నం గిన్నె చేతుల్లోకి తీసుకుని అన్నం తినిపించ సాగింది. తిను తల్లీ ! ఈ దినంతో మాకు నీకూ రుణ బంధం తెగిపోతుంది. యింకెప్పుడు నాచేతి కూడు తింటావో తల్లీ ? పాపా తిను. నా బంగారు తల్లి తిను. నిన్నటిదాకా నా బిడ్డెవి. ఈ రోజుతో ఈ ఊరోళ్లందరికి...

ఆపైన మాట్లాడలేకపోయింది. బుడ్డమ్మ పిచ్చి చూపులు చూస్తూనే మింగలేక మింగింది.

ఆ రోజు రాత్రి ఊళ్లో యువకులు, కళేబరం చుట్టూ మూగే రాబందుల్లా ఆమె మీద పడ్డారు. ఒకరి తర్వాత ఒకరు పడ్డారు.

ఆ మరుసటి రోజు నుంచీ పల్లె వాళ్లు .... కొల్లబోయిన చెరువులో చేపల కోసం దిగిన జనాలు నీళ్లను తొక్కినట్లు తొక్కారు. బురదను పిసికినట్లు పిసికినారు. ఆ బాధ భరించలేకపోయింది.

అంతే తెల్లారేసరికి చింతల తోపులో ఉరివేసుకొంది.

మాతమ్మలుగా మారిన వారిపై ఏ స్థాయిలో లైంగిన హింస జరుగుతుందో ఈ సంఘటన హృదయ విదారకంగా చిత్రిస్తున్నది. కరుడు కట్టిన భూస్వామ్య ఆధిపత్య భావజాలం సృష్టించిన క్రూరమైన దుష్ట సంప్రదాయానికి సాక్షీభూతంగా మాతమ్మ వ్యవస్థను పేర్కొనవచ్చు.

బసివినిగా మార్చబడిన కోటమ్మ జీవితంలో ఎన్నో నరకయాతనలు అనుభవిస్తుంది. మణి అనే వ్యక్తిని పెళ్లి చేసుకుంటుంది. పొట్టకూటి కోసం ఎన్నో తిప్పలు పడుతుంది. మనుగడ కోసం మాతమ్మగా మారిన ఒక స్త్రీ సమాజంలో ఎన్ని అవస్థలు పడాల్సి వస్తుందో కోటమ్మ పాత్ర ద్వారా కళ్లకు కట్టినట్లు చిత్రించాడు రాసాని. ఈ ముద్ర నవలలో ప్రధానపాత్ర కోటమ్మదే. ఆ పాత్ర ద్వారా ఒక సామాజిక వర్గం ఎంత దుర్భరంగా జీవిస్తున్నదో, వీరి అమాయకత్వాన్ని మరొక అగ్ర సామాజిక వర్గం ఎలా తమ లైంగికావసరాలకు వాడుకొంటున్నదో వర్ణించబడింది.

ముద్ర నవలలో నిమ్న వర్గాలకు చెందిన యువతులను అగ్రవర్ణాల వారు తమ లైంగిక సుఖం కోసం బసివినులుగా మార్చే దుష్ట, దుర్మార్గ సంప్రదాయం చిత్రించబడింది. రాయలసీమ ప్రాంతంలోని బసివిని వ్యవస్థ దౌష్ట్యాన్ని, అమానుషత్వాన్ని ఆ వ్యవస్థకు వ్యతిరేకంగా పోరాడిన స్త్రీల జీవితాలను రాయలసీమ ప్రాంత పలుకుబళ్లతో ఎంతో సహజంగా పాఠకుల హృదయాలు ద్రవించేలా రాసాని చిత్రించాడు.

నేటికీ తెలుగు దేశంలోని అనేక ప్రాంతాల్లో ఈ బసివిని వ్యవస్థ అనేక రూపాల్లో అమలవుతూనే ఉండటం అత్యంత బాధాకరం. బసివిని, మాతంగిని, జోగిని, దేవదాసి, కన్నెరికం - ఇలా అనేక పేర్లతో ఈ వ్యవస్థలో ఈ దురాచారం ఇంకా

కొనసాగుతూనే ఉంది. ప్రభుత్వం, సంఘ సంస్కర్తలు మేధావులు కవులు రచయితలు – ఇలా ఎందరో ఈ వ్యవస్థను రూపుమాపాలని ప్రయత్నించినా దాని మూలాలు అంతరించి పోవడం లేదు.

డా॥ వి.ఆర్. రాసాని బసివినులుగా మార్చబడిన ఎందరో స్త్రీల జీవితాలను స్వయంగా పరిశీలించి ఈ నవల రాశాడని చెప్పవచ్చు. 'బసివిని' వ్యవస్థకు బలయ్యే స్త్రీలు ఎక్కువగా దళిత వర్గాలకు చెందిన యువతులే. బసివినిగా మార్చబడిన స్త్రీల మీద ఒక ముద్ర వేస్తారు. 'ముద్దరేసి వదలడం' అనే మాట రాయలసీమ ప్రాంతంలో తరచుగా వినబడుతుంది. ఈ బసివిని అనే ఆచారాన్ని అడ్డుపెట్టుకొని గ్రామాల్లోని అగ్రకులాలకు చెందిన పురుషులు బసివినులుగా ముద్రపడిన వాళ్లతో తమ సెక్స్ కోరికల్ని తీర్చుకొని ఆనందిస్తుండుటను రచయిత ఈ నవలలో అద్భుతంగా ఆవిష్కరించాడు.

ఈ నవలను ప్రారంభించుటలోనే రచయిత చక్కని నైపుణ్యం చూపించాడు. నవల ప్రారంభమైన తరువాత క్రమంగా పాత్రల్ని ప్రవేశపెట్టడం, సన్నివేశాలకు రూపకల్పన చేయడం, ముందేం జరగబోతున్నదోనన్న ఉత్సుకతను పోషిస్తూ – నవలను కొనసాగించటం, చివరకు వంద రూపాయల నోటును చేతుల్లో పెట్టుకొని ఓబులవ్వ మరణించటం – ఇలాంటి సన్నివేశాలు నవలను ఆద్యంతం చదివిస్తాయి. నవల ప్రారంభంలో హసీనాగా పరిచయమైన స్త్రీయే కోటమ్మ అని తెలిసినప్పుడు పాఠకులు ఆశ్చర్యానికి లోనుగాక తప్పదు. తన జీవితం ఎలాగూ నాశనమైంది, తాను ఎప్పుడో వదిలిపోయి, తిరిగి వచ్చి తన కూతురి జీవితాన్నైనా బాగు చెయ్యాలన్న పట్టుదలతో ఆమె సమాజంతో చేసిన పోరాటం, ఆమె తెచ్చిన నిశ్శబ్ద విప్లవం ఎందరో దళిత వర్గాలకు చెందిన స్త్రీలకు స్ఫూర్తిదాయకంగా నిలుస్తుంది.

ఊరి చివరి దళితవాడలో బసివిని గుడిసె ఉంటుంది. అందులో వృద్ధ యాచకురాలు ఓబులవ్వ నివాసం ఉంటుంది. ఆమె ఒకప్పుడు బసివినిగా మార్చబడి అనాథగా జీవితం గడుపుతుంటుంది. ఓ రోజు అర్ధరాత్రి ఆ గుడిసెలోకి హసీనా

60

వస్తుంది. నాలుగు రోజులుంటా నంటుంది. అందుకోసం ఓబులవ్వకు వంద రూపాయలిస్తుంది. కేవలం నాలుగు రోజుల వ్యవధిలో ఈ కథంతా పూర్తి అవుతుంది. సారాంశమంతా ఆ ఇద్దరు స్త్రీలు మాట్లాడుకోవడంలోనే ఉంటుంది. అందులో హసీనా ఎవరనేది నవల చివరిదాకా సస్పెన్స్‌గానే సాగుతుంది.

ఈ దురాచార సర్పదష్టురాలైన కోటమ్మ, మొదట తనకు లొంగలేదని ఊరి సర్పంచి ముసలయ్య, శాస్త్రితో కలసి కుట్రపన్ని ఆమెని బసివినిగా మార్చి ఓ బిడ్డకు తల్లిని చేస్తాడు. అంతటితో ఊరుకోక తన అవసరాల కోసం అధికారులకు తార్చబోతాడు. తప్పించుకొచ్చిన ఆమెపై హత్యాయత్నం కూడా చేయిస్తాడు. దాంతో బిడ్డను తల్లి దండ్రులకు వదిలేసి, పొలం పనుల్లో పరిచయమైన తమిళ వలస కూలీ మణితో కలిసి రైలెక్కుతుంది. కన్నమ్మ అని పేరు మార్చుకొని అతని భార్యగా తమిళనాట ఓ పల్లెలో ఉంటుంది.

మణికి అదివరకే పెళ్ళైంది. ఆ మొదటి భార్య పేరు అలివేలు. ఆమెతో అవమానం, ఆపై కుల వివక్ష కూడా ఆ పల్లెలో కన్నమ్మకు ఎదురవుతాయి. మణి నిరాదరణకు గురై అక్కన్నుంచి వెళ్లిపోతుంది. ఆ తర్వాత ఐస్‌ఫ్రూట్స్ అమ్ముకుని బతికే సలీం మాయ మాటలకు లొంగి అతని ఇంటికి చేరుతుంది. అతడే ఉర్దూ నేర్పించి, హసీనాగా ఆమెకు పేరు మారుస్తాడు. కువైట్ అంటూ తీసికెళ్లి బొంబాయిలో వేశ్యా గృహానికి అమ్మేస్తాడు. ఏళ్లు గడుస్తాయి. తనలాగే మోసపోయి అదే గృహానికి చేరిన 'విజయ అనే ఒక తెలుగు అమ్మాయిని ఆమె చేరదీస్తుంది. కాపలాగా ఉన్న రౌడీ షేర్‌ఖాన్‌ను ఉపయోగించి విజయతోపాటు తానూ తప్పించుకుంటుంది. గుడిసెకి చేరుకొని తన కన్నీటి కథనే ఓబులవ్వకు వినిపిస్తుంది. అప్పటి ఆ కోటమ్మే ఇప్పుడీ హసీనా.

చిన్నప్పుడే తను వదలి వెళ్లిన కూతురు ఏమైంది ? అది తెలుసుకోవడానికే తిరిగి వచ్చిందామె. అయితే ఆమె కూతుర్ని ఊరి బాగు పేరిట బసివినిగా మార్చాలని కొందరు సిద్ధమవుతారు. రంగంలోకి దిగిన కోటమ్మ ఆ పల్లె ఆడవాళ్లలో నిశ్శబ్ద

విప్లవాన్ని తెస్తుంది. కోరుకున్న అబ్బాయితోనే కూతురికి పెళ్లి జరిపిస్తుంది. ఈ దురంతానికి అలా అడ్డుకట్ట వేసిన ఆమె తన మైల జీవితం కూతురిపై పడకూడదని రాత్రికి రాత్రే ఊరొదలి చీకట్లో కలిసి పోతుంది.

ఈ ముద్ర నవల పాఠకుల మన్ననలు పొందింది. తెలుగు నవలా చరిత్రలో తన స్థాయిని నిరూపించుకొన్నది. తమిళ, కన్నడ, హిందీ భాషల్లోకి అనువదించబడింది. ఆధునిక నవలా సాహిత్య పరిణామ వికాసంలో ఈ నవల దళితుల్లో చైతన్యాన్ని నింపగా, అగ్రవర్ణాల్లో భయ ప్రకంపనలు కలిగించింది.

తిరుమల తిరుపతి దేవస్థానములు శ్రీ వేంకటేశ్వర ఆర్ట్సు కళాశాల, తిరుపతి తెలుగు విభాగం వారు "రాసాని రచనలు- సమాలోచన" అనే అంశం పై 10,11 తేదీలు నవంబరు 2014 నాడు నిర్వహించిన యు.జి.సి. జాతీయ సదస్సులో సమర్పించిన వ్యాసం.

సాహితీ మేరువు – పుట్టపర్తి నారాయణాచార్యులు

'సురుల జన్మంబు శూరుల జన్మంబు ఏరుల జన్మంబునెఱుగనగునె' అంటాడు నన్నయ. ఈ మాటలకు కవుల జన్మంబునెరుగనగునె అని కూడా నేడు చేర్చాల్సి ఉంది. దేవతలు వీరులు ఏరుల జన్మను మనం ఎలా తెలుసుకోలేమో అదేవిధంగా కవుల జన్మను కూడా తెలుసుకోలేమని చెప్పవచ్చు. అలాంటి కవుల జన్మకు నిదర్శనమే శ్రీమాన్ పుట్టపర్తి నారాయణాచార్యులు గారు. వీరు సాహితీ మేరువు. అశేష శేముషీ విభవులు కవితా యశస్వి. బహుభాషాతపస్వి. శతాధిక గ్రంథకర్త. వాగ్గేయకర్త. పండిత మండలీ మార్తాండుడు. పుంభావ సరస్వతి. పదునాల్గు భాషలు అనర్గళంగా మాట్లాడగలడు. సృజనాత్మక రచనలూ చేయగలడు. తర్క వ్యాకరణాలంకార శాస్త్రాలను మథించి వాటిపై సాధికార ప్రభుతను చేజిక్కించుకొని భాషాశాస్త్రవేత్తలపై సవాల్ విసిరిన సుశిక్షిత పండితుడాయన. అంతరాంతర అంతస్సీమలలోని అనంతానుభవాల అనుభూతులకు అక్షరాకృతి కల్పించి, సాహితీ పిపాసువుల హృదయపీఠాలను అధిరోహించిన ఆధునిక కవి సార్వభౌముడు పుట్టపర్తి నారాయణాచార్యులు.

ఆశు కవితామృతాన్ని తెలుగమ్మ గుమ్మంలో దండగా పారించిన అపరభగీరథుడు. వీరి ప్రతిభా విశేషాలను గూర్చి శశిశ్రీ గారిలా అంటారు. "కొందరు మహా వ్యక్తుల గురించి సకాలంలో చెప్పకపోతే రాబోయే తరాల వారికి, అటువంటి మహాప్రతిభా సంపన్నులు ఈ తెలుగు గడ్డపై జీవించి వుండినారా అనే అనుమానం కలుగక మానదు. అటువంటి ప్రతిభా సంపన్నులలో అగ్రగణ్యులు 'సరస్వతీపుత్ర' పుట్టపర్తి నారాయణాచార్యులు. వీరు నిజంగా సరస్వతీ పుత్రులే. ఆ చదువుల తల్లి కటాక్ష వీక్షణాల మూలంగానే సుమారు 170 గ్రంథాలు రాశారు. వీరి సమగ్ర మూర్తిమత్వం తెలుసుకోవాలంటే వీరి రచనలు అధ్యయనం చేయాల్సిందే. వీరు ఏక సంథాగ్రాహి. వీరికున్న ధారణాశక్తి నిరుపమానం. వీరి కలం నుంచి పద్య, గేయ, వచన కావ్యాలు, నాటకాలు, విమర్శనా వ్యాసాలు, అనువాదాలు ఇలా ఒకటేమిటి దాదాపుగా అన్ని ప్రక్రియల్లో రచనలు చేశారు. వీరి రచనల్లో సామాజిక స్పృహ అడుగడుగునా కనిపిస్తుంది.

అనేక భాషలను తన మస్తిష్కంలో ఆయన నిక్షిప్తం చేసుకున్నాడు. అనేక భాషా సాహిత్యాలను ఆకళించుకున్నాడు. భారతదేశమంతా సాహిత్య జైత్రయాత్ర చేశాడు. వేల సన్మానసత్కారాలు అందుకున్నాడు. సంగీత సాహిత్యాలలో దిట్టగా, అతులిత శేముషీ విభావితుడైన వక్తగా, జగద్విఖ్యాతిగాంచాడు. హిమాలయవాసి స్వామి శివానంద సరస్వతి చేత 'సరస్వతీ పుత్ర' బిరుదును పొందాడు. కేంద్ర ప్రభుత్వం నుంచి 'పద్మశ్రీ' పురస్కారం అందుకున్నాడు. విశ్వవిద్యాలయాల చేత గౌరవ డాక్టరేట్‌లు పొందాడు. ప్రజలచే మహాకవిగా గుర్తింపు పొందాడు. ప్రాచీన నవీన కవితా యుగాల వారధిగా, భక్తి కవితా సింధువుగా, పదకవితా పారిజాతం అనువాద రచనా సేతువుగా, నవరస రచనా బంధువుగా సాహితీలోకానికి పరిచితులయ్యారు. నిజ జీవితంలో ఎన్నో ఒడిదుడుకులు ఎదుర్కొన్నారు. నిరంతరం మానసిక సంఘర్షణ. ఏదో అన్వేషణ! దేనికో తపన! ఈ లక్షణాల వల్ల జీవిత ప్రథమార్థంలో అందివచ్చిన ఎన్నో అవకాశాలను వదులుకున్నారు. లేకపోతే నూనూగ మీసాల నూత్న యవ్వనంలోనే పదునాల్గు సంవత్సరాల చురుకైన వయసులో 'పెనుగొండలక్ష్మి' అనే కావ్యం రాసాడు. కాలక్రమంలో ఆ గ్రంథమే తనకు పాఠ్యాంశంగా వచ్చింది. దీనిని విధివశము అనాలో, దైవప్రేరిత మనాలో, యాదృచ్ఛికమనాలో, పూర్వజన్మ సుకృతమనాలో తెలియకుండా ఉంది. తాను రాసిన గ్రంథం తనకే తదుపరి కాలంలో పాఠ్యాంశంగా వచ్చిన వింత ప్రపంచ చరిత్రలో పుట్టపర్తి వారికి మాత్రమే దక్కిన అదృష్టంగా భావించాలి. అయితే ఆ గ్రంథంపై జరిగిన పరీక్షలో నారాయణాచార్యులు ఫెయిల్ అయ్యారు. పరీక్ష నియమాలను ఉల్లంఘించి అన్ని ప్రశ్నలకు సమాధానం రాయకుండా ఒక ప్రశ్నకే 45 పుటల సమగ్ర విమర్శ రాశాడు. ప్రశ్నపత్ర నియమం ప్రకారం ఒక ప్రశ్నకు సమాధానం ఎంత చక్కగా రాసి ఉన్నా పాస్ చేయటానికి నియమాలు అంగీకరించవు. ఆ కారణంగా ఆయన ఫెయిల్ అయ్యారు. అయినా ఆయన చింతించలేదు. తాను రాసిన గ్రంథం తనకే పాఠ్యగ్రంథంగా రావటం ఒక వింతయితే, అందులో ఫెయిల్

కావటం మరో వింత. ఈ రెండు వింతలకు ప్రపంచంలోనే కేంద్ర బిందువయింది పుట్టపర్తి వారేనని నిర్ద్వంద్వంగా చెప్పవచ్చు.

ఈ మహానుభావుడు జీవితంలో ఆస్తి అంతస్తులు కోరుకోలేదు. ఆత్మాభిమానాన్ని కోరుకున్నాడు. ఆ విషయం వారి రచనల్లో ప్రస్ఫుటంగా కనిపిస్తుంది. దానికి నిదర్శనంగా ఈ కింది పద్యాన్ని ఉదహరించవచ్చు.

చ॥ నరుల ప్రశంసజేసి నవ భాగ్యములందుట కంటె నాత్మను
స్థిరుడై వున్న పాత్రమున దిన్నను నామది జింతలేదు యీ
శ్వరు గుణతంత్ర గీతముల బాడుచు చిక్కని పూవువోలె, నా
పరువము వాడకుండ, నిలపైమని, రాలిన చాలు సద్గురూ"

(పాద్యము-26 పద్యము)

నరుల ప్రశంస చేయుట పుట్టపర్తి వారికి ఇష్టము లేనిపని. నరులను పొగడి వారిచేత సంపదలు తీసికొని బ్రతుకుట కంటె తన ఇంట్లో ఉన్నది తిని ప్రశాంతంగా ఉండుట మంచిదంటాడు. తనకున్న దానిని తిని ఈశ్వరుని గుణగణాలను కీర్తిస్తూ, వాడని పూవువలె బతికినంత కాలం బాగా బతికి చనిపోయిన చాలునంటాడు. ఆయన ఆశించినట్లుగానే తుదిశ్వాస వరకు జీవించాడు. వీరికి ఆత్మాభిమానం మెండు. ఒకసారి కేరళ విశ్వవిద్యాలయ ఆహ్వానంపై ఎటిమలాజికల్ డిక్షనరీ, తయారీకై తిరువనంతపురం వెళ్లి, అక్కడి వారి కుహనా సంస్కారానికి రోసి, తిరిగి కడప రామకృష్ణ హైస్కూల్లో తెలుగుపండితునిగా పనిచేసారు. వీరికి పోతన మహాకవి ఆదర్శప్రాయుడిగా కనిపిస్తాడు. పోతన కూడా రాజాశ్రయాన్ని పొందటం తనకు తగదంటాడు. అందుకు నిదర్శనమే ఈ కింది పద్యం.

ఉ॥ ఇమ్మను జేశ్వరాధములకిచ్చి పురంబులు వాహనంబులన్
సొమ్ములు ఁగొన్ని పుచ్చుకొని చొక్కి శరీరము వాసీకాలుచే
సమ్మెట వ్రేటులంబడక సమ్మతితో హరికిచ్చి చెప్పె నీ
బమ్మెర పోతరాజొకడు భాగవతంబు జగద్ధితంబుగన్

(శ్రీమదాంధ్ర మహాభాగవతము - ప్రథమస్కంధము - పీఠిక - 13వ పద్యం)

మనుజాధములకిచ్చి వారిచ్చే పురాలు, వాహనాలు వైభోగం తనకు అవసరం లేదని ఆనాడే విప్లవం తెచ్చాడు.

రాజాశ్రయాలను తిరస్కరించిన కవులలో పోతన మొదటివాడు కాగా, రెండవ కవి అన్నమయ్య, అటు తరువాత ఆధునిక కాలంలో పుట్టపర్తివారు ఈ ముగ్గురూ రాజాశ్రయాలను నిరసించిన వారే. తమ పాండితీ ప్రకర్షణను భగవత్సంకీర్తనకే అంకితం చేసారు. పోతన శ్రీమహావిష్ణువు లీలను వర్ణించగా, అన్నమయ్య మహా విష్ణువు అవతారమైన శ్రీకలియుగ ప్రత్యక్షదైవం శ్రీవేంకటేశ్వర స్వామి వారిని సంకీర్తనలతో తరింపజేసాడు. ఇక పుట్టపర్తి నారాయణాచార్యులు శివునిపై అద్భుత కవిత్వం రాసారు. అలాగని విష్ణుభక్తితత్వానికి పుట్టపర్తి వ్యతిరేకం కాదు. తాను ఎక్కువకాలం జీవించిన ప్రొద్దుటూరులో అగస్తీశ్వరస్వామి వారి దేవాలయం ఉండుట ఒక కారణంగా ఊహించి చెప్పవచ్చు. పుట్టపర్తి వారు 'శివతాండవం'లో శివభక్తి పారమ్యాన్ని ఉద్బోధించిన విష్ణుతత్వాన్ని శ్లాఘిస్తూ జనప్రియ రామాయణం, సాక్షాత్కారం వంటి గ్రంథాలు రాసాడు.

"రాముడు చిక్కునా, యను తలంపు మనస్సున కర్హమే, దయా
రామము, రామచంద్రుడు కరారుగవచ్చును బిల్చినంత నీ
ప్రేమమునెల్ల దచ్చరణ పీఠికి నర్పణ జేసికొమ్ము, సు
త్రాముడు, పాడు కోగలడు" – అంటారు పుట్టపర్తి

పుట్టపర్తివారి అంతస్సీమల నుండి వాణి వినిపించగా, రామచరణాలకు తనను తాను అంకితం చేసుకొని, అంతట తృప్తిపడక మాత్రా ఛందస్సులో జనప్రియ రామాయణం రాసాడు. వీరు ఏది రాసినా భారతీయ సంస్కృతీ సంప్రదాయాలకు దోహదపడే విధంగానే రాసారు. అందుకు వీరు రాసిన పెనుగొండ లక్ష్మి పాద్యము, సాక్షాత్కారము, షాజీ, సిపాయి, పితూరీ, మేఘదూతము, శివతాండవము, పండరీ భాగవతము, శ్రీనివాస ప్రబంధము, జన ప్రియరామాయణము వంటి రచనలే నిదర్శనాలుగా నిలుస్తున్నాయి.

పుట్టపర్తి వారు మొట్టమొదట రాసిన గ్రంథం పెనుగొండ లక్ష్మి. అది కూడా బాల్యములో దీనిని బట్టి చూస్తే బాల్యంలోనే వీరికి చరిత్ర పట్ల ఆసక్తి కలిగిందని చెప్పవచ్చు 'పూవు పుట్టగానే పరిమళించుననన్నట్లు' వీరి 'పెనుగొండ లక్ష్మి' గ్రంథాన్ని పరిశీలిస్తే వీరికి చరిత్రపై ఉన్న పట్టు ఎంతటిదో తెలుస్తుంది. అందుకు వీరు చిత్రించిన ౘగగన మహలు' స్థితిగతులే ప్రబల నిదర్శనంగా చెప్పవచ్చు.

సీ॥ రాయల పాదముద్రలు దలఁదాల్చి సొం
పులు దిద్దుకొన్నట్టి కలికిమిన్న
తాతార్యునొద్ద తత్వార్థ విచారంబు
వీనుల విందుగా విన్నఁబోటి
అళియ రాయేంద్రు రాజ్యాధికారాని జేసి
కన్నులుఁజల్లగా ఁగన్న తల్లి
కాపు కైతలకు ద్రాక్షపాకమును గూర్చి
గానంబు ఁజేసిన కవికుమారి
తే॥ గీ॥ పగతుర యెదంద నిప్పురగు రాగలఁబెట్టి
యుదధి గర్భంబు సుడివడి హెూరుమనగ
తెనుగు ఢంకాలు మ్రోచిన దివ్య భూమి
కనుము తమ్ముడా । జీర్ణంబు గగనమహలు

అంటూ గగనమహలు దీనస్థితిని కళ్లకు కట్టినట్లు చిత్రించాడు. పెనుగొండ కోట గతకాలపు వైభవాన్ని అద్భుతంగా చిత్రించి, అలాంటి కోట నేడు ఎలా పతనమై జీర్ణదశలో ఉందో హృదయ విదారకంగా చిత్రించాడు. పై పద్యంలోని భావాన్ని పరికిస్తే ప్రౌఢకవి రాసిన తరహాలో ఉంది. అయితే దీన్ని రాసినప్పటికి పుట్టపర్తి వారి వయస్సు పట్టుమని పదునాలుగేండ్లుండవచ్చు. సీసపద్యం రాయాలంటే శ్రీనాథునికే చెల్లు అంటారు విమర్శకులు. అయితే నన్నయాది కవులు సీసపద్యాన్ని రాసినా దాన్ని స్వేచ్ఛగా ప్రయోగించినది మాత్రం శ్రీనాథుడే. అలాంటి మహా కవులకే సీసపద్యరచన

67

అలవడుతుందంటారు పండితులు. కానీ పసిప్రాయంలోనే సీసపద్యాన్ని పుట్టపర్తి అవలీలగా రాసాడు. ఏ శుభముహూర్తాన పుట్టపర్తి రచనకు శ్రీకారం చుట్టాడో, ఇక అప్పటి నుంచి రచనా వ్యాసంగాన్ని చేబడుతూనే వచ్చాడు.

పుట్టపర్తివారి సామాజిక స్పృహకు నిదర్శనంగా వారు రాసిన మేఘదూతం కావ్యాన్ని పేర్కొనవచ్చు. కాళిదాసు రాసిన మేఘసందేశ కావ్యరీతితో ప్రభావితుడైన పుట్టపర్తి మేఘదూతం రాసాడు. అందులోని కథా వస్తువు ఇలా ఉంది. భారత స్వాతంత్ర్య సంగ్రామ కాలంలో విద్యాన్ విశ్వం గారు కడలూరు జైలులో ఉండగా శ్రీకాకుళదళితుడొకనిని ఆ గదిలో పడవేశారట. కొత్తగా వివాహం చేసుకున్న ఆ దళితుడు తన దాంపత్య సుఖాన్ని సైతం కాలదన్ని తెల్లదొరలపై తిరుగుబాటు చేయగా ఒక అర్థరాత్రివేళ పోలీసులు వాని ఇంటిపై దాడిచేసి అతనినీ, అతని భార్యనూ పరమకిరాతకంగా బూటు కాళ్లతో తన్ని అతనిపై తప్పుడు కేసులు బనాయించి ఆ దళితున్ని జైల్లో పడేశారట. అప్పుడు అతని భార్య గర్భవతి. ఎంతకూ ప్రభుత్వం అతన్ని విడుదల చేయలేదు. వర్షాకాలం రానే వచ్చింది. చలికి గజగజ వణికిపోతూ జైలు గోడల అంచుల క్రిందికి వచ్చిన మేఘాన్ని చూసి దిగ్భ్రాంతుడై భయంతో విశ్వంగారి పక్కనచేరి తన వేదనను హృదయ విదారకంగా ఏకరువు పెట్టుకున్నాడు. ఆ దళితుని వృత్తాంతం వినగానే పుట్టపర్తి కళ్లు చెమ్మగిల్లాయి. ఈ ఘటననే కావ్య వస్తువుగా మలచుకొని మేఘదూతం రాశాడు. ఆ కావ్యంలో మేఘం పయనించే మార్గంలోని ప్రాంతాలనూ, వాటితో ముడిపడి ఉన్న చారిత్రకాంశాలను, సంస్కృతీ పరిమళాలనూ, సార్వభౌములనూ, కవి సార్వభౌములనూ వర్ణించాడు. ఆ వర్ణనా సందర్భంలో ఉద్విగ్నహృదయు డయ్యాడు కవి.

“చుట్టనుచు జడిసేవు
చేరంగమఱచేవు
కాకతీయుల యోరుగల్లూ, ఆంధ్ర చా
రిత్రక కన్యక పుట్టినిల్లూ” – అంటూ కాకతీయుల శౌర్యపరాక్రమాలను కళ్లకు కట్టినటు చిత్రించాడు.

వీరి రచనలన్నింటిని సమగ్రంగా పరిశీలించిన ప్రజల జీవన స్థితిగతులు మనకు స్పష్టంగా తెలుస్తాయి. స్వయంకృషితో, స్వయం ప్రతిభతో, స్వయం ప్రజ్ఞతో సాహిత్య కృషిచేసిన పుట్టపర్తి నారాయణాచార్యులు గారు సాహిత్య ప్రపంచంలో మేరువుగా నిలిచిపోతారు.

కాశీభట్ల వేణుగోపాల్ నవలలు– ఇతివృత్త వైవిధ్యం

తెలుగు నవలా సాహిత్యంలో ఒక ప్రత్యేక స్థానాన్ని సంపాదించుకున్న నేటితరం మేటి నవలా రచయిత కాశీభట్ల వేణుగోపాల్. నవల ఒక్కటే పాఠకుని మనస్సులో ఉన్న ఊహకు రెక్కలు ఇచ్చి, తన వెంట తీసుకువెళ్ళగలదు. నవల రాత్రివేళ నిద్ర రానపుడు ఏకాంతంగా ఉన్నప్పుడు నిశ్శబ్దంగా అతని అంతరంగంలో ఒక ప్రత్యేక ప్రపంచాన్ని సృష్టిస్తుంది. సృజనాత్మత సాహిత్యంలో రియలిస్టు ధోరణి ఒక గొప్ప మలుపే అని చెప్పాలి. గతించిన వీరుల గాథలలోనో, సుందర కాల్పనిక సీమల్లోనో పాత్రలను సృష్టించి రచనలు చెయ్యకుండా తన చుట్టూ ఉన్న ప్రపంచాన్ని కురూపాలతో, అవలక్షణాలతో సహా యథాతథంగా చూస్తూ వాటిని రచనల్లో ప్రతిబింబింపజేసిన రియలిస్టు నవలాకారుల నవలలు సాహిత్యంలో ఒక విశిష్ట స్థానాన్ని ఆక్రమించు కున్నాయి. కాలాన్ని ఎదుర్కొని ఇలా నిలబడగలిగిన నవలలు కొన్నే ఉంటాయి. అలాంటి కోవకు చెందినవే కాశీభట్ల వేణుగోపాల్ నవలలు.

సృజనాత్మక వచన సాహిత్యంలో నవల ముఖ్యమైంది. కాశీభట్ల వేణుగోపాల్ నేనూ చీకటి, దిగంతం, తపన, తెరవని తలుపులు మంచుపువ్వు, నికషం వంటి తన నవలల్లో చైతన్య స్రవంతి, ఇన్‌సిస్ట్ వృత్తాంతం, ఫీడో ఫీలియా (పిల్లల మీద సెక్స్ వాంఛ) ఛాయలున్న ఇతివృత్తం, సార్త్రే, ఎగ్జిస్టెన్సియాలిజం లాంటి పలు ధోరణుల్ని చిత్రీకరించాడు. ఇతని మొదటి నవల 'నేనూ చీకటి' ఆంధ్రప్రభలో సీరియల్‌గా వస్తున్న రోజుల్లో అనేకమంది విమర్శకుల మెప్పు పొందింది. ఇతని మరో నవల 'తపన' 1995లో తానా వారి లక్షరూపాయల బహుమతి పొందింది. ఆ తరువాత రచయితగా ఆంధ్రదేశంలో తన సత్తా ఏమిటో చాటుకుని ముందుకెళుతున్నాడు.

"నవల చదవగానే కళ్లు చెమ్మగిల్లాలి. మనసులో ఒక మెరుపు మెరవాలి. కొత్త ఆలోచన ఏదో స్ఫురణకు రావాలి. హృదయ తంత్రిని కదలించాలి. నవలల తాలూకు అనుభవం తెలియకుండానే వెంటాడాలి" అంటారు విమర్శకులు. ఈ లక్షణం ఎరిగిన రచయిత కాశీభట్ల, ఎందుకంటే మానవీయ సంబంధాల్లోని వైరుధ్యాలు,

సంఘర్షణలు ఈయన నవలల్లో కనిపిస్తాయి. అంతేగాకుండా తెలుగు నవలా వలయానికి రచయిత గీసిన కొత్త ఇతివృత్త పరిధిలో ఆధునిక జీవిత పరిణామాలను సామాజిక, ఆర్థిక కోణాలను కాశీభట్ల ఆవిష్కరించారు.

కాశీభట్ల వేణుగోపాల్ నవలల్లోని పాత్ర చిత్రణలు చూసినట్లయితే రచయిత సమాజంలో తాను చూసినవి, విన్నవి, ప్రత్యక్ష అనుభవంలోకి వచ్చినవి పరిగణలోకి తీసుకుని వాటిని పాత్రలుగా మలచి నవలల్లో చిత్రించాడనిపిస్తుంది. అంతేగాకుండా వైవిధ్యమైన పాత్రలను ఎంచుకుని ఉత్తమ కథనంతో నవలలను రాశారు. ఈ సందర్భంలో తన నవలల్లోని ఇతివృత్తాన్నీ డైరీల్లాంటివేనని తనకు తాను ప్రకటించుకున్నాడు రచయిత. పాత్రల ఎంపిక మరియు ఇతివృత్త వైవిధ్యం గురించి రచయిత అభిప్రాయం ఏంటంటే "వ్యక్తిగత విశృంఖలత్వంతో రాస్తున్నానని నన్ను ఎవరైనా అంటే నేను ఒప్పుకోను అది 'ఓపెన్ థాట్‌రైటింగ్' అని ఎందుకు అనుకోకూడదు" అని అంటారు.

శైలిపరంగా శిష్ట వ్యవహారిక, మాండలిక శైలిలో మనోవిశ్లేషణను కలగలిపిన కథనంలో రాయడంవల్ల ఇతని నవలలు కాస్తా సంక్లిష్టంగా అనిపిస్తుంది. "ప్రతి సృజనకారుడికీ తనదైన బాణీ వుండాలంటారు గదా? అలాగే నాదైన అభివ్యక్తి నాకూ ఉంది" అంటూ తన అభిరుచిని ఉపయోగించి రచనాసృష్టి గావించారు కాశీభట్ల వేణుగోపాల్. అందుకే వీరి రచనలు ఒక విశిష్టతను సంతరించుకున్నాయి.

'నేనూ చీకటి' నవలలో సనాతన బ్రాహ్మణ సంప్రదాయాలు పాటించే తండ్రికీ, వాటిని ధిక్కరించే కొడుకుకు మధ్య జరిగిన సంఘర్షణ చిత్రించబడింది. కథకుడు గౌరీ మనోహరి అనే స్త్రీని కులాంతర వివాహం చేసుకుంటాడు. కొడుకు చేసిన పనికి తండ్రి తద్దినం కూడా పెడతాడు. ఈ కారణంగా కథకుడు తన ఇంటికి పరాయివాడవుతాడు. గౌరీ మనోహరి లెక్చరర్‌గా ఉద్యోగం చేస్తూంటుంది. భర్త కంటే ఎక్కువగా వేతనం సంపాదిస్తుంటుంది. ఈ నవలలో కథకుడు ఫ్యాక్టరీ ఉద్యోగి. ఆ కారణంగా రాను రాను భర్త పట్ల ఆమెకు చులకన భావం ఏర్పడుతుంది. ఇలా

71

కథకునికి అత్తవారింట కూడా గౌరవం దక్కదు. దాంతో అతడు తాగుడుకు బానిసౌతాడు.

ఇలా అవమానాలెదుర్కొంటూ వేదనా భరిత జీవితాన్ని గడుపుతున్న కథకునికి భగవాన్లు అనే మిత్రుడు అప్పుడప్పుడూ వచ్చి ఊరట కల్గిస్తుంటాడు. గౌరీ మనోహరి కథకుని ప్రేమించి పెళ్ళి చేసుకున్నదే గానీ దాంపత్య జీవితంలో అతనికి సహకరించలేదు. ఆ కారణంగా అతనికి జీవితం పట్ల విరక్తి కల్గి ఇంటి పట్టున ఉండకుండా ఎప్పుడూ క్యాంపులు అంటూ బయట తిరగడానికే ప్రయత్నిస్తుంటాడు. కోరికలను తీర్చుకోవడానికి మాత్రం అప్పుడప్పుడూ వేశ్యలను ఆశ్రయిస్తుంటాడు. ఈ విధంగా కుటుంబ సంప్రదాయాలు ధిక్కరించి ప్రేమ వివాహం చేసుకుని ఇటు పుట్టినింట అటు అత్తవారింట అవమానాలెదుర్కొన్న వ్యక్తిగా ఈ నవలలో కథకుడు చిత్రించబడ్డాడు. ఇంకా ఈ నవలలో మధ్యతరగతి జీవితాలను గడిపే వారి ఆర్థిక స్థితిగతులను కూడా చక్కగా చిత్రించారు రచయిత.

'మంచు పువ్వు' అనే మరో నవలలో కథకుడు యూనివర్శిటీ లెక్చరర్‌గా పనిచేస్తుంటాడు. అతని భార్య కావేరి. వీరి కుమార్తె పేరు "పద్మప్రియ' అనారోగ్యంతో కావేరి మరణిస్తుంది. కానీ కావేరి అంటే కథకునికి పంచప్రాణాలు, భార్య మరణంతో తన కూతురి ఆలనాపాలనా చూడడం కథకునికి కష్టమవుతుంది. మరో పెళ్ళి చేసుకోవాలని కథకునికి కొందరు సలహా ఇస్తారు. అయితే తన జీవితంలో ప్రవేశించే మరో స్త్రీ పద్మప్రియను బాగా చూసుకుంటుందో లేదో అనే సందేహం అతనికి కలుగుతుంది. పద్మప్రియ అంటే అతనికి చాలా ప్రేమ. పద్మప్రియ రజస్వల అయినపుడు తల్లిగా చేయవలసిన సేవలు అన్నీ తానే చేస్తాడు. ఆ సందర్భంలో ఆడబిడ్డకు తల్లి తప్ప తండ్రి అన్నివిధాలా సహకరించలేడని తెలుసుకుని అందుకు గానూ తనను, తన కూతుర్ని ప్రేమించే స్త్రీని భార్యగా చేసుకోవాలని భావిస్తాడు. ఆ ప్రయత్నాల్లో భాగంగా తన కూతురికి టీచరు అయిన మల్లిక పరిచయమౌతుంది. పద్మప్రియను ఆమె స్కూలులో కూడా తల్లిలా చూసుకుంటుండేది. ఆ విషయాలను తెలుసుకున్న

కథకుడు మల్లికను వివాహం చేసుకుంటాడు. ఆమె కూడా కథకుని భావాలకనుగుణంగా నడుచుకుంటుంది.

ఈ నవలలో భవానీ ప్రసాద్ అనే పి.జి.విద్యార్థి అభ్యుదయ భావాలు కలిగి ఉంటాడు. పోలీసులు అతనిని నక్సలైట్‌గా ముద్రవేసి అరెస్టు చేస్తారు, భువనేశ్వరి అనే మరో పి.జి.విద్యార్థిని ఆ విషయాన్ని కథకునికి తెలుపుతుంది. కథకుడు కూడా అభ్యుదయ భావాలు కలవాడే కనుక భవానీ ప్రసాద్‌కు జామీను ఇచ్చి విడుదల చేయిస్తాడు. ఇంకా ఈ నవలలో మాతృభాషపై మమకారం, కుటుంబ జీవితం, వారసత్వ ఆస్తికి సంబంధించిన సమస్యలు, అత్యాచారాలు మొదలైన అంశాలు కూడా చర్చించబడ్డాయి. ఇవన్నీ సమకాలీన సామాజిక చిత్రణలే.

అలాగే 'దిగంతం' నవల నేటి సమాజానికి అద్దం పట్టిందే, ఈ నవలలో కథకుడు ఫ్యాక్టరీ ఉద్యోగిగా పనిచేస్తుంటాడు. అతనితల్లి వృద్ధురాలు పైగా వికలాంగురాలు. తనకి వచ్చే జీతం కుటుంబ అవసరాలకు ఏమాత్రం సరిపోయేది కాదు. అతను మురికివాడలో ఒక చిన్న గుడిసె లాంటి ఇంట్లో నివసిస్తుంటాడు. తల్లి వంట చేసి పెడుతుంటుంది. కాళ్లు ఈడ్చుకుంటూ పంపు దగ్గరికెళ్ళి నీళ్ళు తెచ్చి పెట్టేది. కథకుడు ఎప్పుడో ఏ పొద్దు జాముకో ఇంటికి వచ్చేవాడు. అప్పుడు కూడా అతనిని కుంటి తల్లి తినమని కోరేది. ఆ సందర్భంలో తన తల్లి ప్రేమకు కథకుడు ముగ్ధుడయ్యేవాడు. తల్లిప్రేమకు సమానమైనది ఏదీ లేదని భావించేవాడు.

కొన్ని కారణాల రీత్యా ఫ్యాక్టరీ మూతపడ్డప్పుడు కథకుడు తన మిత్రుడైన రంగనాయకులు నడుపుతున్న ప్రచురణ సంస్థలో ఉద్యోగిగా చేరతాడు. అతని దగ్గర ఉద్యోగిగా చేరటంతో మునుపటి చనువు, చొరవ దెబ్బ తింటాయి. అది కథకునికే పరిమితమవుతుంది గానీ రంగనాయకులతో ప్రస్తావించేవాడు కాదు.

ఇంకా ఈ నవలలో బిగ్‌బ్యాంగ్ థియరీ, స్వార్థ పరత్వం నిరాశతత్వం, చిరుద్యోగి జీవిత సమస్యలు, వేశ్యా వృత్తి, పొట్ట కూటి కోసం గంజాయి అమ్మే వ్యక్తులు, పోలీసుల లంచావతారాలు, సాయిబాబా పట్ల భక్తి ప్రపత్తులు కలిగిన వ్యక్తులు చిత్రించబడ్డారు.

ఇతను రాసిన "తపన" ప్రత్యేకంగా చదవాల్సిన నవల. ఈ నవలలో కూడా కథకుడు ఫ్యాక్టరీ ఉద్యోగియే. ఇక్కడ కథకుడు తాత్వికుడిగా కనిపిస్తాడు. ఇతని భార్య హైమావతి. ఆమె సంపన్నురాలు కూడా. కథకుడు ఫ్యాక్టరీ గొడవలతో ప్రతినిత్యం ఏదో ఒక టెన్షన్‌తో ఇంటికి వస్తుంటాడు. ఈ కారణంగా అతడు ఎప్పుడూ స్తబ్దంగా ఉంటాడు. అతని స్తబ్దత పోగొట్టి ఆమె సంసార సుఖానికి ప్రయత్నాలు చెయ్యదు. సంఘం దృష్టిలో వారిద్దరూ చక్కని భార్యా భర్తలే గానీ ఇంట్లో మాత్రం ఆ పరిస్థితి ఉండేది కాదు. హైమావతి డ్రగ్స్‌కి అలవాటుపడి ఉంటుంది. ఆమె స్నేహితురాలు డాక్టర్ శారద ఆ డ్రగ్స్‌ని అందిస్తుండేది. ఏ విషయంలోనూ భార్యను ఎదిరించలేక, తన కోరికలు తీర్చుకోలేక కథకుడు తనలో తానే బాధపడుతుంటాడు.

ఈ క్రమంలో అతడు మద్యానికి అలవాటు పడతాడు. మద్యపానానికి దూరమవ్వాలని భార్య కోరగా, తన కోరికను తీరిస్తే తాను అలవాటు మానుకుంటానని చెప్పాలని అనుకుంటాడు గానీ ధైర్యం లేక చెప్పలేకపోతాడు. కాలక్రమంలో హైమావతి భర్త పట్ల ప్రేమని పెంచుకుంటుంది. వయస్సు తగ్గిన తర్వాత భార్యాభర్తలకు ఒకరి పట్ల ఒకరికి మమకారం పెరుగుతుంది. పదిహేను సంవత్సరాల వైవాహిక జీవితం తరువాత వారు కొత్త జీవితాల్ని ప్రారంభిస్తారు. ఈ పరిణామానికి యెంగట్నాయుడు అనే హైమావతి చిన్నాన్న మధ్యవర్తిత్వం నెరుపుతాడు. ఇంకా ఈ నవలలో నాగరాజశాస్త్రి- విమల, గంగాధర్- రత్నాబాయి, రాజేష్- నీలాంబరి వంటి మధ్యతరగతి దంపతుల జీవితాల్లోని భిన్న కోణాలు కూడా చిత్రించబడ్డాయి.

భార్యాభర్తల మధ్య అసమతుల్యం ఉంటే అది ఇరువురినీ అపమార్గంలోకి మళ్లిస్తుందని దానిద్వారా సమాజం అసాంఘిక కార్యకలాపాల వైపు పయనిస్తుందని చిత్రిస్తున్నవి ఈ నవలలోని అంశాలు. అయినా ఇది మనుషుల అంతర్గత ప్రపంచాన్ని చిత్రించడానికి ప్రయత్నించిన నవలగానే ఎక్కువ గుర్తింపును పొందింది.

ఇలాంటిదే మరో నవల 'తెరవని తలుపులు'. ఈ నవలలో కథకుడు ఇంజనీరుగా పని చేస్తుంటాడు. రంగారావు అనే వ్యక్తి అతనికి మిత్రుడు. అతను

స్త్రీలోలుడు కూడా. కథకుని భార్య శ్యామలాదేవి మంచి సంపన్నురాలు. కామాక్షమ్మ ఆమె తల్లి, శ్యామలాదేవి తన తల్లి అనుమతి లేనిదే భర్తకు ఏ విషయంలోనూ సహకరించేది కాదు. కథకుడు ఇల్లరికం వచ్చి ఉంటాడు. అతనిని తన వాటా ఆస్తి అమ్ముకొని రావాలని భార్య, అత్తపోరు పెట్టేవారు. ఆ కారణంగా కథకుడు తల్లిదండ్రులను ఆస్తి వాటా ఇమ్మని అడగలేక భార్యా, అత్తలను ఎదిరించలేక సంఘర్షణకు గురవుతాడు. ఇతనికి పుచ్చల కుదురు రాజారావు అనే కుమారు డుండేవాడు. పుచ్చల కుదురు రాజారావు కూడా తన తల్లి మాటలు విని కథకుని పట్ల దురుసుగా ప్రవర్తించే వాడు. ఇంకా ఈ నవలలో బ్రాహ్మణాధిపత్యం, లంచాలు, మద్యపానం వంటి అంశాలు సమాజం పైన చూపుతున్న దుష్ప్రభావాలను కూడా చిత్రించడం జరిగింది. భార్యాభర్తలు పరస్పరం సఖ్యతతో సంసారం చేయకుంటే అడుగడుగునా సమస్యలు ఎంత దారుణంగా ఉంటాయో ఈ నవలలో కళ్ళకు కట్టినట్లు చిత్రించబడ్డాయి.

'నికషం' అనే మరో నవలలో అలెక్స్ రామసూరి, దుర్గ, కథకుడు అనే ముగ్గురు మిత్రుల స్నేహ జీవితం చిత్రించబడింది. అలెక్స్ రామసూరి గాయత్రిని, దుర్గ లతనూ, కథకుడు కావేరిని జీవిత భాగస్వాములుగా చేసుకుంటారు. వీరు ముగ్గురూ మద్యపానానికి అలవాటు పడ్డవారే. మద్యం సేవించి సభ్యతాసభ్యతలను మరచి ఒకరి ఒకరి వ్యక్తిగత జీవితాలను గురించి మరొకరితో పంచుకునే వారు. అలెక్స్ రామసూరి ప్రత్యుత్పత్తికి పనికి రాడని తక్కిన ఇద్దరూ హేళన చేస్తారు. ముగ్గురూ కూడా సంసార జీవితంలో తృప్తి చెందక వేశ్యలను ఆశ్రయించిన వారే.

అయితే ఈ ముగ్గురూ కూడా ప్రకృతి ప్రేమికులుగా వుండడం మరో విశేషం. వీరు ప్రతి రోజూ ఆలాపన అనే నర్సరీలో కలుసుకునేవారు. ఈ నవలలో ముగ్గురు మిత్రులదీ తలోదారి. వీరిలో అలెక్స్ రామసూరి మంచి చిత్రకారుడు కూడా. ఈ జీవితానికి విరక్తి చెంది రామసూరి తన ఇద్దరు మిత్రులకూ చెప్పకుండా ఎక్కడికో వెళ్ళిపోతాడు. తాను వెళ్ళిపోయిన విషయాన్ని వారికి ఉత్తరం ద్వారా తెలియజేస్తాడు.

అటు తర్వాత మిత్రులిద్దరూ అతని వస్తువులను, చిత్రాలను తెచ్చుకుని వాటిని చూస్తూ అతని స్మృతిలో కాలం గడుపుతారు. ఇంకా ఈ నవలలో వ్యభిచారం, వ్యక్తుల మధ్య ఉండే ద్వేషం. ఆధ్యాత్మికం, తాత్వికం వంటి అంశాలు వివిధ పాత్రల ద్వారా చక్కగా చర్చించబడ్డాయి.

కాశీభట్ల వేణుగోపాల్ సమాజాన్ని చూసి, ప్రేరణ పొంది వాటికి తన జీవితాను భవాలను కూడా జోడించి తన అభిప్రాయాలను, ఆలోచనలను కలగలిపి నవలలుగా మలచి, వాటికి తగిన పాత్రలను ఎంచుకొని మనోవైజ్ఞానిక, చైతన్య స్రవంతి ధోరణులతో పాఠక లోకానికి అందించారు. అంతేగాక ఇలా భావజాలాన్ని పాఠకులకి అందించడంలోనూ సఫలీకృతుడయ్యారని నిర్ద్వంద్వంగా చెప్పవచ్చు.

భావవీణ మాసపత్రికలో జనవరి 2014 న ప్రచురితమైన వ్యాసం

కాశీభట్ల వేణుగోపాల్ నవలల్లో చైతన్య స్రవంతి ధోరణి

మొదటి ప్రపంచయుద్ధం తరువాత నవలారచనలో 'చైతన్య స్రవంతి' విధానం ప్రవేశించింది. ఈ విధానం వల్ల పాత్రల ఆంతరంగిక సంఘర్షణలు ప్రస్ఫుటంగా ప్రతిబింబించసాగాయి. మనిషికీ అతనిలోని వివిధ ప్రవృత్తులకు మధ్య జరిగే సంఘర్షణ ఈ చైతన్య స్రవంతి నవలలు చిత్రిస్తాయి. ఒక వ్యక్తి తనలో తానే లోనయ్యే సంఘర్షణను అంతర దృష్టితో చెప్పడం జరుగుతుంది. సాధారణ సంప్రదాయ నవలలకు చైతన్య స్రవంతి నవలలు భిన్నమైనవి. మేధా పరిజ్ఞానంలేని పాఠకులకు ఈ రచనలు అర్థవిహీనమైనవిగా కనబడతాయి. "మనం స్వేచ్ఛా జీవులమైతే, బానిసలం కాకపోతే, మనదైన ధోరణిలో మనం రాయగలిగితే తప్పనిసరిగా సంప్రదాయకంగా రాయాల్సిన పద్ధతంటూ ఒకటి లేకపోతే ఇతివృత్తం ఉండాల్సిన అవసరం ఉండదు. అది సుఖాంతమూ కానక్కరలేదు, దుఃఖాంతమూ కానక్కర లేదు. అందరూ చెప్పే ధోరణిలో కథకూడా ఉండదు" అంటూ చైతన్య స్రవంతి ధోరణిని గూర్చి ప్రపంచ ప్రఖ్యాత నవలా రచయిత్రి వర్జీనియా ఉల్ఫ్ వివరించారు.

తెలుగు నవలా సాహిత్యంలో ఈ చైతన్య స్రవంతి ధోరణి 1940 తరువాత రూపుదాల్చిందని చెప్పవచ్చు. చలం, శ్రీశ్రీ, బుచ్చిబాబు, రావిశాస్త్రి నవీన్ వంటి ఉద్ధండ రచయితల రచనల్లో ఇది కనిపిస్తుంది. అయితే వారిలో బుచ్చిబాబు, రావిశాస్త్రిలు ఈ ధోరణికి ఒక సంపూర్ణత్వాన్ని కలిగించారు. ఆ దారిలోనే కాశీభట్ల వేణుగోపాల్ గారు నడిచారని చెప్పవచ్చు. ఇప్పటివరకు వీరి కలం నుండి ఆరు నవలలు వెలువడ్డాయి. అవి తెరవని తలుపులు, నేనూ- చీకటి, దిగంతం, తపన, నికషం, మంచుపూవు. వీటిలో చైతన్య స్రవంతి ధోరణి స్పష్టంగా కనిపిస్తుంది. స్వాతంత్ర్యా నంతరం తెలుగు సాహిత్యంపై సిగ్మండ్ ఫ్రాయిడ్ ప్రభావం ఎక్కువగా పడింది. అది ముఖ్యంగా నవలా కారులపైన పడింది. ఈ ధోరణిలో నవలలు రాసే నవలాకారులు పాత్రల అంతరంగంలోకి చొచ్చుకుపోతారు. సభ్య- అసభ్యభావాలతో

సహా పాత్రల అచేతనలో కదలాడుతున్న భావనలను యథాతథంగా బయటపెడతారు. ఉద్రిక్తతకులోనై, సంక్షోభానికి గురౌతున్న మనుషుల ఆలోచనల్లో ఒక విధమైన అస్తవ్యస్తత ఉంటుంది. దానిని ఉన్నది ఉన్నట్లుగా పాఠకుల ముందు ఉంచుతారు. ఇదే చైతన్య స్రవంతి ధోరణి ప్రధాన లక్ష్యం. ఆ లక్ష్యం నెరవేరాలంటే రచయితకు మంచి రచనా సామర్థ్యం, సంక్లిష్టమైన భావాలను వ్యక్తీకరించగలిగిన శక్తి ఉండాలి. అంతేగాకుండా పాత్రల అంతరంగాన్ని వధించేందుకు కావలసిన జీవితానుభవమూ ఉండాలి. వీటిలో ఏది కొరవడినా 'చైతన్య స్రవంతి' విధానం సరిఅయిన ఫలితాన్ని సాధించలేకపోవడం మాత్రమే గాక, నవ్వుల పాలు కూడా అవుతుంది. అయితే కాశీభట్ల వేణుగోపాల్‌గారు తన నవలల్లో ఈ చైతన్య స్రవంతి ధోరణికి ఏలోటూ లేని రీతిలో వస్తు విన్యాసాన్ని కూర్చారు. వాటికి కొన్ని ఉదాహరణలు పరిశీలిద్దాం.

'తెరవని తలుపులు' నవలలో కథానాయకుడు ఆధునికత తెచ్చిపెట్టిన ఫలాల్ని అందుకున్న వాడు. పైగా బ్రాహ్మణుడు కానీ అతనిది అబ్రాహ్మణశైలి. తాగుబోతు, చైన్‌స్మోకర్, ఎగ్జిక్యూటివ్ ఇంజినీర్‌గా మంచి సంపాదన ఉన్నవాడు. అడక్కుండానే వేలు లక్షలు సమకూరుతుంటాయి. భార్య ఇంగ్లీషు లెక్చరర్, కొడుకు బాగా చదువుకున్నవాడు. అమెరికాకు కూడా వెళతాడు. అంటే ఆర్థికంగా ఏ లోటూ లేదు. ఇది ప్రపంచానికి కనిపించే కథానాయకుడి భౌతిక స్థితి. కానీ అతని మానసిక ప్రపంచం, అంతరంగ జీవితం, పరమ భీభత్సంగానూ, పెను విధ్వంసంగానూ ఉంటుంది. అతనొక ఒంటరి. తను ఎవరినీ ప్రేమించలేదు. తనని కూడా ఎవరూ ప్రేమించరు. అందువల్ల తన అస్తిత్వానికి అర్థం కనిపించదు. జీవితంలోని అసంగత్వం అర్థమవుతున్న కొద్దీ అతనికి జీవితం పట్ల కసి పెరుగుతుంది. ఇట్లాంటి సమస్యల మధ్య నలిగిపోయే వ్యక్తి మానసిక స్థితి ఏ విధంగా అస్తవ్యస్తంగా ఉంటుందో, కాశీభట్ల గారు చైతన్య స్రవంతి ధోరణిలో నవలా విన్యాసాన్ని కూర్చారు.

"ఎక్కడున్నా నేనూ?

నాగదిలో నేనా?

నాలుక నోటి నిండా వుంది...

దాహంగా వుంది

లేవబోయా

చేత కావట్లేదు...

చుట్టూ ఎవరూ లేరు.. ఎందుకని?

కళ్లు, చిట్లించి చూసా - నాగదే...

తలుపులు చేర వేసి వున్నాయి

చిన్నగా లేచా..కాళ్లు సహకరించట్లేదు

సిగరెట్ మానేయ్.. ఉమానాథ్

ఏదో రోగం... పేరు గుర్తు లేదు

కాళ్లు నరికేయాలి..." ఇలా కొనసాగుతుంది నవల.

(తెరవని తలుపులు- పు. 77)

తన జీవిత స్థితి తనకే అర్థం కాదు. ఒంటరి బ్రతుకు పైగా అనారోగ్యం. వాటికి తోడు దురలవాట్లు, ఇవన్నీ అతని మనో విశృంఖలత్వాన్ని ఉక్కిరిబిక్కిరి చేస్తాయి. వాటి నుంచి బయట పడాలనుకుంటాడు. అందుకోసం పరిపరి విధాలుగా ఆలోచిస్తాడు. ఆ ఆలోచనలకు అక్షర రూపమిచ్చాడు కాశీభట్ల వేణుగోపాల్.

ఆలోచన అన్నది ఇంతవరకూ మనిషికి అంతుచిక్కని అద్భుతం.... ...ఆలోచనకి అక్షరాలే కావాలి అన్న నియమం లేదు. చిత్ర విచిత్రాల్లోకూడా ఆలోచన ఉంటుంది అంటాడు కాశీభట్ల వేణుగోపాల్. ఈ ఆలోచనకు మరుపు అన్నది సహజ సిద్ధం. దీని గూర్చి కాశీభట్ల వేణుగోపాల్ గారు ఇలా అంటాడు. "మరుపు అన్నది మెదడుకి లేదు. అన్న వాస్తవం జీర్ణం కాదు మనిషికి. ఒకసారి మెదడులో ఒక విషయం రిజిష్టర్ అయిన తరువాత అది ఎరేజ్ కాదు. ప్రతి విషయము మెదడులో రకరకాలుగా చిప్పర్ కాబడిరిజిష్టర్ అవుతాయి. రీ-కలెక్షన్ జరిగినపుడు మన కాన్షియస్ మైండ్‌కి తెలీకుండానే డి చిప్పర్ కాబడి గుర్తుకు వస్తాయి. రీ- కలెక్షన్

ప్రాబ్లంనే మనం మరపు అనుకుంటాం. అట్లా మేథోపొరల్లో రకరకాల సంకేతాలుగా రిజిస్టర్ కాబడిన విషయాలు సంకేతాలన్నీ కలలుగానూ, ఆలోచనా స్రవంతిలో ముక్కలు ముక్కలుగా తేలుతూ ప్రతిఫలిస్తాయి. మనం ఒక విషయాన్ని ఆలోచిస్తున్నామంటే. దానికి Barnacles లాగా అతుక్కుని వేల వేల సంకేతాలుంటాయి. దాన్ని as it is గా చూపించడం surrealism అన్న ప్రక్రియగా రూపొందింది. ఈ surrealism అన్నది ఒక్క చిత్రకళకే పరిమితమైందని చాలామంది భావిస్తున్నా యిటు సాహితీరంగానికీ యింకా అనేక సాంస్కృతిక రంగాలకు కూడా అది వ్యాపించింది. James Joyce Ulycess నవల దీనికి ఒక ఉదాహరణ. తెలుగు సాహిత్యంలో కొన్ని నవలలీ ప్రక్రియలో వచ్చాయి. చైతన్య స్రవంతి, స్వప్న మార్మికతనూ కలిపి కవితాత్మకంగా చెప్పిన కథ "నేనూ - చీకటి" దీనికి ఒక చక్కని ఉదాహరణ చూద్దాం.

"మళ్లీ హఠాత్తుగా నగ్నాలోచన
ఎవర్నేను.... ఎవరీమె...........ఇక్కడేం చేస్తున్నా........
ఎక్కడో ఏదో ముడి విడివడి
ఏదో విలువలు వలువులు జారి
ఓ భావం.....నగ్నమై మనోజ్ఞమై
మలి..తొలి వెల్గుల్లో....కాకుల మూకై
కాకులు...లక్ష్మణ కాకులు...కాకుల్లక్ష్మణ్
లక్ష్మన్ అర్చుడు..... రంగుల్విరుస్తాడు
కాకుల్కోసమే కాదు
కామన్ మ్యాన్‌కోసం కూడా
శోభాడే కూడా అందదే"

(నేనూ- చీకటి, పు:51)

పై వాక్యాల్లో విషయ అన్వత లేదు. ఏ పాత్ర ఎవరితో ఎందుకు ఏమి చెబుతున్నదో అర్థం కాదు. సమయం సందర్భంతో పని లేకుండా రచయిత ఆయా

పాత్రల అంతరంగంలోకి ప్రవేశించి ఎప్పటికప్పుడు ఉన్నది ఉన్నట్లు చెప్పేస్తాడు. అలాంటి భావజాలమే పై ఉదాహరణలో చోటు చేసుకున్నది.

మనో ముకురాన్ని ఆత్మ మధ్యలో నిలిపి మూడు వందల అరవై డిగ్రీలలో తిప్పుతూ...అందులో ప్రతిబింబించే ఈ ప్రపంచపు తునకల్ని అలాగే బుద్ధి పదిలపర్చుకుంటుంది. ఆ శకలాలు ఒకదానిమీద ఇంకొకటిగా ప్రతీది పారదర్శకమై పరుచుకుపోతాయి. దొంతర్లు.....దొంతర్లుగా చాలా ఎత్తుగా మళ్లీ చాలా లోతుగా ఒక్కో జ్ఞాపకం ఒక్కో పేజీగా బ్రతుకుపుస్తకం విస్తరిస్తుంది. ఈ విధంగా రికార్డ్ చేయబడిన జ్ఞాపకాలన్నీ మనం చిఫర్ చేయకుండానే ఏవేవో సంకేతాలుగా మారి పదిలమై పోతుంటాయి. అది మన మేధ. మన ప్రమేయం లేకుండనే చేసుకుపోతుంటుంది. అలాంటి ధోరణిలో సాగేది చైతన్య స్రవంతి నవల. అట్లాంటి నవలను అర్థం చేసుకోవడానికి పాఠకుడు మూసపోసిన ధోరణిలో గాకుండా ఇంకాపై స్థాయికి ఎదగాలంటాడు కాశీభట్ల. అట్లా ఎదగని వాన్ని సోమరి పాఠకుడుంటాడు. అలాంటి వారు ఎందరున్నా ప్రయోజనం లేదంటాడు. సామాన్య పాఠకుని స్థాయి దాటిన వారికి మాత్రమే తన నవలలు అర్థమవుతాయని స్పష్టం చేశాడు 'తపన' నవల పీఠికలో. ఆ నవలలోని చైతన్య స్రవంతి ధోరణికి ఒక ఉదాహరణ చూద్దాం.

"నీలాంబరి కొడుకు గుర్తుకొచ్చాడు. యెంతందంగా వున్నాడు వెధవ..
యస్... అవును అట్లా నీలాంబర్తోనో
నీలాంబరికి వాడు పుట్టింది ఆమె భర్తతోగదా?
సురేష్ ఆమెను వదల్లేదు, సురేషునే ఆమె వదిలేసింది.
యెందుకని!
వాడికి వాడి సొంత చెల్లెలితోనే లైంగిక సంపర్క ముందనీ!
శాస్త్రి చెప్పాడు. వాడికి విమల్చెప్పిందట, విమలా నీలాంబరీ యిద్దరూ క్లాస్మేట్స్
సొంత చెల్లితో అక్రమ సంబంధమా!!!
'ఇన్సెస్ట్'

ఫ్రాయిడూ...! నీకు నీ సొంత కూతుర్తోనో సంబంధముందని

రాసే వాళ్లనేమంటావ్?

కామం మౌళిక శారీరకావస్థే అయినప్పుడు ఈ సంబంధ బాంధవ్యాలన్నీ యెక్కడుంటాయ్?

తల్లీ చెల్లీ అన్నా తండ్రీ తమ్ముడూ....

కూడుట కూడదు! అని యిదమిత్థంగా చెప్పేశక్తి యెవ్వరికుంటుంది"

(తపన – పు:79)

ఈ ఉదాహరణలో మానవుల శారీరరక సంబంధాల్లోని అనిబద్ధతను పబ్లిక్‌గా ప్రకటించాడు. ప్రతి నాగరిక సమాజం సెక్స్ సుఖం పొందే విషయంలో కొన్ని నియమాలను విధించండి. వాటిని అతిక్రమించినవారిని సమాజం హీనంగా చూస్తుంది. అయితే సంబంధాలనైనా మన సమాజం క్షమిస్తుందేగాని వికృత శారీరక సంబంధాలను ఎట్టి పరిస్థితులలోనూ క్షమించదు. కనీసం వినడానికి కూడా ఇష్టపడరు. చెవులు మూసిపెట్టుకుంటారు. అటువంటి సమాజానికి ఏ మాత్రం జంకకుండా ఈ చైతన్య స్రవంతి నవలలు వికృత శారీరక సంబంధాలను గూర్చి ఉన్నది ఉన్నట్లుగా చిత్రిస్తున్నాయి. కానీ ఇవి రచయితల ఊహలు, కల్పితాలు కావు. సమాజంలో అక్కడక్కడ వెలుగుచూస్తున్నవే. వాటికి ఈ చైతన్య స్రవంతి ధోరణి నవలాకారులు అక్షర రూపమిస్తున్నారు. మన్నుతిన్నా మరుగున తినమంటుంది. మన సమాజం. ఈ నియత సూత్రాన్ని ఈ నవలాకారులు లక్ష్యపెట్టరు. తాము చెప్పాల్సింది చెప్పేస్తారు. ఇది తాము స్వార్థంతోనో, అక్కసుతోనో చెబుతున్నది కాదని పాశ్చాత్యులకు ఉటంకిస్తూ తమను తాము సమర్థించుకుంటారు. ఆ పరంపరలో భాగంగానే కాశీభట్ల వేణుగోపాల్ గారు నవలలు రాశారు. వీరి నవలన్నిటిలోనూ చైతన్య స్రవంతి ధోరణి అడుగడుగునా ప్రస్ఫుటమవుతుంది.

సాహిత్య ప్రస్థానం, మాసపత్రికలో ఫిబ్రవరి 2014న ప్రచురితమైన వ్యాసం

సమకాలీన సమాజ చిత్రణ – కడప జిల్లా వస్తు వైవిధ్య కథనం

కథ, కథానిక, నవల, నాటకం, నాటిక వంటి ఆధునిక సాహిత్య ప్రక్రియల ఆవిర్భావం కడప జిల్లాలో, కోస్తాంధ్ర ప్రాంతాలతో పోలిస్తే చాలా ఆలస్యంగా జరిగిందనే చెప్పాలి. "తొలి నవల వెలువడిన ఎనభై ఏళ్లకు నవల, తొలి కథానిక ప్రచురితమైన యాభై ఏళ్లకు కథానిక కడప జిల్లా సాహిత్య చరిత్రలో చోటు చేసుకున్నాయి" అంటారు ఆచార్య కేతు విశ్వనాథరెడ్డి గారు. కడప జిల్లాలో నాటకం నాటికలు కూడా అంతే ఆలస్యంగా వెలుగుచూశాయి. ఆనాడు పత్రికలు కథానికల ప్రచురణలో తగినంత ఆసక్తి చూపలేదని కూడ చెప్పవచ్చు. జాతీయోద్యమ కాలపు పత్రికలైన 'మాతృశ్రీ ఆజాద్' వంటివి కూడా కథానికను ప్రోత్సహించలేకపోయాయి. ఆ తర్వాత చాలా సంవత్సరాలకు వచ్చిన తెలుగు సంక్రాంతి, సవ్యసాచి, మాసీమ వంటి పత్రికలు, కొన్ని ఉపాధ్యాయ సంఘ పత్రికలు కథా రచయితలకు కొంత స్ఫూర్తిని కలిగించాయి. ఆ స్ఫూర్తితో ఎందరో కథకులు కథానికలు రాశారు, రాస్తున్నారు.

ఈ క్రమంలో చూసినపుడు కడప జిల్లాలో మొదటి కథానికా రచయితగా భారతం నాదముని రాజు గుర్తింపుబడ్డారు. ఆయన కథలు 'నీలవేణి' పేరుతో సంపుటంగా వెలువడినాయి. కింది మధ్యతరగతి జీవితాల్లోని విషాదాలను నాదమునిరాజు తన కథలకు ఇతివృత్తంగా స్వీకరించారు. అటు తరువాత రాచమల్లు రామచంద్రారెడ్డి గారు, వైసివి రెడ్డి గారు, కడప జిల్లాల్లో కథావికాసానికి చక్కగా తోడ్పడ్డారు. వీరి స్ఫూర్తితో నేడు ఎందరో కథకులు కథకురాండ్రు కలం విదిల్చి చక్కని కథానికలు రాశారు. కడప పట్టణ కేంద్రంగా ఒకవైపు యుగసాహితి, అభ్యుదయ సాహిత్యోద్యమమూ, మరో వైపు కడప జిల్లా రచయితల సంఘం, ఒకవైపు ఉపాధ్యాయ పత్రికలు కథానికలను ఆదరించాయి. అటు తరువాత ఆకాశవాణి ఒక పార్శ్వంలో, ఇతర ప్రాంతాల పత్రికలలో, రచయితలలో, సాహిత్యంతో ఏర్పడిన ఇతోధిక సాన్నిహిత్యమూ సాంస్కృతిక వినిమయము కడప జిల్లాలోని కథానిక రచయితలను

ప్రభావితం చేశాయి. ఆ పరంపరంలో ప్రొద్దుటూరులో కె.సుబ్బయ్యగారి ఆధ్వర్యంలో నడుస్తున్న 'తెలుగు సంక్రాంతి' పత్రిక కథానికలకు స్థానం కల్పించింది. కడప జిల్లా కథానిక రచయితల్లో భారతం నాదముని రాజు గారి తర్వాతి స్థానం రాచమల్లు రామచంద్రారెడ్డి గారిదే. వీరు 'రారా'గా బహు ప్రసిద్ధులు. కథా రచనలో నిశితమైన మేథాశక్తి సాంద్రమైన భావుకత్వమూ ఖచ్చితమైన అభ్యుదయ దృష్టి నూతన శైలిలో ఉన్న రారామార్గం అనితర సాధ్యమైంది. కథాశిల్పంలోని ఆయన పట్టు ఉత్తమ కథా రచయితల కోవకు చెందింది. ఆయన రాసిన 'అలసిన గుండెలు–సంపుటిలోని ప్రతి కథ అందుకు సాక్ష్యంగా నిలుస్తుంది. ఆర్థిక వ్యవస్థలోని దుర్లక్షణాలే మధ్యతరగతి ఘర్షణకూ, వేదనకూ కారణమనే స్పృహనూ, విశాల పరచుకోవలసిన సంస్కారావశ్యకతనూ రారాకు కల్పించాయి. ఆయన మధ్యతరగతి జీవితంలో వచ్చిన, వస్తున్న మార్పుల కేంద్రంగా కథలు రాశారు.

భారతం నాదముని రాజు, రారాల తరువాత స్థానం వైసివి రెడ్డికే దక్కుతుంది. వీరు కవిత్వ రచన మానుకున్న తరువాత అభ్యుదయ సాహిత్యోద్యమంలోనూ కమ్యూనిస్ట్ పార్టీతో ప్రత్యక్ష సంబంధాలు కల్పించుకున్న తరువాత గ్రామీణ జీవితాలను నెమరు వేసుకుంటూ కథలు రాశారు. వాటిని 'గట్టి గింజలు' పేరుతో సంపుటిగా వెలువరించారు. రాయలసీమ కథకుడు తప్ప వేరే రచయితలెవ్వరూ రాయలేని ప్రాంతీయవర్గ మాండలికాల శైలిలో బతికిచెడిన రాళ్లనూ, పీడితులైన కింది తరగతి బడుగు జీవులనూ వైసివి తన రచనల్లో చిత్రించారు. వీరి దారిలోనే నడచిన మరొక సుప్రసిద్ధ కథారచయిత సొదుం జయరాం. కొడవటిగంటి కుటుంబరావు, పెద్దిభొట్ల సుబ్బరామయ్య వంటి అగ్రశ్రేణి కథకుల ప్రశంసలు అందుకున్న కథకుడు సొదుం జయరాం. కొడవటిగంటి కుటుంబరావు గారన్నట్లు జయరాం కథలు – జీవితానికి అత్యంత సన్నిహితమైనవి. ఈ రచయిత రెక్కలు కట్టుకొని గాలిలో ఎగరటానికి గాని, మనుషుల్ని పాకే పురుగుల్లో చూడటానికిగాని ఎలాంటి ప్రయత్నమూ చేయలేదు. చాలా నిరాడంబరమైన కథలు నిరాడంబరుడు రాసినవి. పదునైనవి. ప్రతికథా సంఘం

మీద బలమైన గాటు పెట్టేవి. ఆత్మ నిగ్రహంతో, పొదుపరితనంతో నిరలంకారమైన శైలిలో ఉన్నాయి. ఆయన కథలు 'వాడిన మల్లెలు', 'సింహాద్రి స్వీట్‌హోం' కథల సంపుటాలుగా వచ్చాయి. ఆయన కథలు కొన్ని రష్యన్, హిందీ, కన్నడ భాషల్లోకి అనువదించబడ్డాయి.

వారి తర్వాత చెప్పుకోదగ్గ ప్రముఖ కథకుడు ఆచార్య కేతు విశ్వనాథరెడ్డి గారు. తన వ్యక్తిత్వపు మూలాలను, తన కథల మూలాలలను కడపజిల్లా పల్లెపట్టుల చరిత్రలో తెలుగు సామాజిక పరిణామాల్లో నిరంతరం వెతుక్కుంటున్న కథకుడు కేతు విశ్వనాథరెడ్డి. స్వాతంత్ర్యానంతరం కడప జిల్లాలోనూ రాయలసీమ జిల్లాల్లోనూ వచ్చిన మంచి చెడ్డలనూ సంక్షోభాన్ని ప్రకృతీ, మార్కెట్ వ్యవస్థా, కులవ్యవస్థ, గ్రామ కక్ష్యలూ పరిశ్రమలు సృష్టించిన సంవేదనను తన కథల్లో చిత్రిస్తున్న కథకుడాయన. 'జప్తు', 'కేతు విశ్వనాథరెడ్డి కథలు' – వంటి సంపుటాలుగా వీరి కథలు వెలువడ్డాయి. కొన్ని కథలు ఇంగ్లీషు, రష్యన్, హిందీ, కన్నడ, మరాఠీ భాషల్లోకి అనువదించబడ్డాయి. అటు తరువాత పి.రామకృష్ణారెడ్డి, కుప్పిరెడ్డి పద్మనాభరెడ్డి, కేతు బుచ్చిరెడ్డి, డా॥ మల్లెమాల వేణుగోపాల్ రెడ్డి, లక్ష్మీకరరాజు, ఎం.జానకీరాం, కేశవ గోపాల్, వీణారాధాకృష్ణరాజు, రమాపతిరాజు, ఎన్.సి.రామసుబ్బారెడ్డి, రాధేయ, సత్యాగ్ని, ఎం.వి.రమణారెడ్డి, సన్నపురెడ్డి వెంకటరామిరెడ్డి, డి.కె. చదువులబాబు, ముంగర శంకర్రాజు వంటి కథకులెందరో చక్కని కథానికలు రాశారు.

కడపజిల్లా విభిన్నమతాలు సంస్కృతులకు నిలయం. ముస్లింల జనాభా హైదరాబాద్ తరువాత కడప జిల్లాలోనే ఉంది. అంతకుముందు బౌద్ధులు, జైనులు ఈ గడ్డపై నివసించినట్లు చరిత్ర తెలుపుతున్నది. వీరబ్రహ్మేంద్రస్వామి కాలజ్ఞానం కడపజిల్లాలోనే చెప్పబడింది. వివిధ రాజ వంశాలు కడప ప్రాంతాన్ని పాలించాయి. చార్లెస్ ఫిలిఫ్ బ్రౌన్ కడపలో నివసించాడు. ప్రాచీన తెలుగు గ్రంథాలకు రూపురేఖలు తీర్చిదిద్దించింది బ్రౌన్ గారే. ఇక ప్రకృతి వనరుల విషయానికి వస్తే కడప జిల్లాలో అపారమైన సహజ వనరులున్నాయి. సున్నపురాయి విస్తారంగా దొరుకుతున్నది.

సిమెంట్ పరిశ్రమకు అవసరమైన ముడిసరుకు పుష్కలంగా దొరుకుతున్నది. ఇక సాహిత్య విషయానికొస్తే పెద్దన, వేమనల వంటి కవీశ్వరులు జననమొందిన నేల కడప గడ్డ. ఇలా విభిన్నాంశాలు, భిన్నవనరులు, భిన్న సంస్కృతుల వారసత్వంగా వెలుగొందుతున్నది కడపజిల్లా.

నాటి సామాజిక పరిస్థితులు నేడు లేవు. నేడున్న పరిస్థితులు రేపుంటాయని చెప్పలేము. అయినా రచయితలు తమవంతు బాధ్యతగా సామాజిక స్పృహతో నాటి సాంఘింకాశాలను వస్తువుగా తీసికొని రచనలు చేస్తున్నారు. ఆపరంపరలో భాగంగానే కథకులు కథలు రాశారు. వారు సమకాలీనాంశాలను కళ్లకు కట్టినట్లు చిత్రించారు. అందులో స్త్రీలు, రైతులు, ఉద్యోగులు, ఫ్యాక్షన్, కులవృత్తుల పతనం వంటి అంశాలను అద్భుతంగా చిత్రించారు.

కథకుడు కథని ప్రచురించడం నీటిలో రాయి విసరడం వంటిది. ఆరాయి తాకిడికి లేచే చిరుతరంగం వంటివే పాఠకుడిలో కలిగే స్పందనలు. అలా స్పందించిన పాఠకుడు తన సొంత ఆలోచనలతో కూడిన అభిప్రాయాలు వెలిబుచ్చినపుడు తన ఆలోచనలకి అనుగుణంగా మరొక కథకి నాంది పలుకుతాడు. అలాంటి నేపథ్యంలోనే విభిన్న వస్తు వైవిధ్యంలో కథలు కడప జిల్లాలో వెలువడ్డాయి. వాటిలో స్త్రీ జీవిత చిత్రణ, అగ్రవర్ణాధిపత్యం, రైతు జీవిత నేపథ్యం, ఫ్యాక్షన్ హత్యలు వంటి అంశాలు చక్కగా చిత్రించబడ్డాయి. వాటిని ఈ వ్యాసాలు స్థాలీపులీక న్యాయంగా పరిశీలించటం జరిగింది.

1. స్త్రీ జీవిత చిత్రణ కథలు :

కడప జిల్లా కథా ప్రస్థానంలో మొదటి అడుగు భారతం నాదముని రాజు గారిదే (1930-1966). వీరు రాసిన నీలవేణి కథ 'స్త్రీ' మనోవ్యథను అద్భుతంగా చిత్రించింది. ఆ కథలో సుబ్బరామయ్య ఎలిమెంటరీ స్కూలు హెడ్మాస్టర్. ఆయనకు ఆరుగురు కూతుళ్లు. వారిలో పెద్దమ్మాయి నీలవేణి. నీలవేణి మంచి అందగత్తె. తన అందచందాలకు మురిసి ఏ రాకుమారుడిలాంటి వాడో వెదుక్కుంటూ వచ్చి ఎదురు

కట్నమిచ్చి పెళ్లి చేసుకుంటాడని ఊహల్లో తేలియాడుతుండేది. కొన్నాళ్లకు ఆమె ఊహలు ఊహలనే విషయం స్పష్టమయింది. చాలీ చాలని జీతంతో సుబ్బరామయ్య కుటుంబాన్ని నెట్టుకొస్తుండేవాడు. దానికి తోడు ఆడపిల్లలు ఒకరి వెంట మరొకరు పెళ్లీడుకు వస్తుంటారు. దాంతో భార్యా భర్తలు దిగులుపడిపోయారు. తల్లిదండ్రులు తెచ్చిన సంబంధం నీలవేణికి నచ్చేదికాదు. ఎవరితోనో ఒకరితో కూతురి పెళ్లి జరిపిస్తే చాలు భగవంతుడా అని ఆ దంపతులు భావిస్తుండేవారు.

చివరికి నీలవేణికి గర్ల్స్ హైస్కూల్లో క్లర్క్‌గా ఉద్యోగం వస్తుంది. అక్కడ సుబ్బారావు అనే యువకుడితో పరిచయం అవుతుంది. ఆ పరిచయం ప్రేమగా మారి వివాహానికి దారితీస్తుంది. పెద్దల ఆశీస్సులతో వారి వివాహం జరుగుతుంది. ఇలాంటి ఇతివృత్తంతో రారా 'నీతిగానుగ' అనే కథరాశారు. కేశవగోపాల్ గారి 'సంస్కరణ' కథ కూడా ఈ కోవకే చెందుతుంది.

ఇలాంటి స్త్రీ సమస్యలు కేవలం కడప జిల్లాకే పరిమితం కాదు. అన్ని ప్రాంతాల్లోని స్త్రీలు ఎదుర్కొంటున్నవే. అయితే కడపజిల్లా కథకులు చిత్రించిన రీతిలో ఇతరులు చిత్రించలేదనటం అతిశయోక్తి కాబోదు.

2. అగ్రవర్ణాధిపత్య కథలు :

మన సమాజంలో అగ్రవర్ణాధిపత్యం తరతరాల నుంచి కొనసాగుతున్నదే. ధనికులైన అగ్రవర్ణాల వారు పన్నిన కుట్రలు కుతంత్రాలకు పేదలు బలయ్యారు. ఆదెన్న చాకలి కులస్తుడు. అతనికి ఒక ఎకరం పొలం ఉంది. దానికి ఏడుంబావలా పన్ను కట్టాలి. తన దగ్గర లేకుండా ఉంటే 'గంట కింద వడ్డీ' లెక్కన అప్పు తెచ్చుకొని దానికి చిల్లర కోసం శంకరరెడ్డి దగ్గరకు వెళతాడు. శంకరరెడ్డి వంద రూపాయలు తీసికొని అతనికి చిల్లర ఇస్తాడు. అటు తరువాత ఆదెన్న వంద రూపాయలు ఇవ్వకుండా చిల్లర మాత్రం తీసికొచ్చాడని తనని మోసం చేశాడని పంచాయితీ పెడతాడు. ఆదెన్న మాత్రం తాను వందరూపాయలు ఇచ్చానని గట్టిగా చెబుతాడు. ఆదెన్న మాటలను అగ్రవర్ణాల వారు నమ్మరు. అతడు నిర్దోషిత్వాన్ని నిరూపించుకోవాలంటే రాముల

వారి గుడి ముందు కర్రుదూసాలని తీర్పు చెబుతారు. విధిలేని పరిస్థితుల్లో ఆదెన్న కర్రుదుసతాడు. అతని చేతులు కాలిపోతాయి. ఆ కాలిన చేతి వేలితోనే ఎకరం పొలం రాయించుకుంటూ అతనిచేత వేలిముద్ర వేయించుకుంటారు. ఈ కథ దళితుల దోపిడీని చిత్రిస్తే సొదుం జయరాం రాసిన పాడె కథ దళితుల ఆత్మాభిమానాన్ని చిత్రిస్తుంది. అదేవిధంగా సన్నపురెడ్డి వెంకటరామి రెడ్డి రాసిన కథ 'చనుబాలు'. ఈ కథలో అగ్రవర్ణాల వారికి దళితులకు ఉన్న అవినాభావ సంబంధాన్ని చిత్రిస్తుంది.

ఈ కథల్లో–దళితులను దోపిడి చేసే అగ్రవర్ణాల వారు మనుగడ సాగిస్తున్నారని ధ్వని పూర్వకంగా చిత్రించబడింది.

రైతు నేపథ్య కథలు :

భారతీయ సమాజానికి రైతు వెన్నెముక. అటువంటి రైతు వివిధ సమస్యలతో సతమతమైపోతున్నాడు. అలాంటి వాటిని కడపజిల్లా కథకులు చక్కగా చిత్రించారు. 'దొంగ బర్రెగొడ్లు' కథలో ముగ్గురు అగ్రవర్ణాల బడా రైతులు రామయ్య అనే సామాన్య రైతు పొలాన్ని ఏవిధంగా అప్పు కింద జమ చేసుకుంటారో చిత్రించాడు.

'జీపొచ్చింది' కథలో వేంపల్లె షరీఫ్ పెరిగిన విద్యుత్ చార్జీలు ఏవిధంగా రైతులను బాధించాయో చిత్రించాడు.

వెంకట్రెడ్డి వ్యవసాయదారుడు. వర్షాలు పడక పంటలు పండక కుటుంబ పోషణ భారమైంది. ఎలాగైనా పంట పండించాలని బోరు వేస్తాడు. నీళ్లు పడ్డాయి. రైతు భార్య పార్వతమ్మ గంగాదేవిని చూసి చాలా సంతోషించింది. అంతలో ప్రభుత్వం కరెంట్ ఛార్జీలు పెంచింది. వాటిని చాలామంది రైతులు చెల్లించలేకపోయారు. చెల్లించని వారి స్టాటర్లను కరెంటోళ్లొచ్చి తీసుకుపోయేవారు. దానికితోడు కరెంట్ ఎప్పుడు వస్తుందో, ఎప్పుడు పోతుందో తెలియదు. కరెంట్ కొత్త కనెక్షన్ ఇచ్చుటకు లెక్కలేనన్ని సార్లు తిప్పుకునేవారు. లంచాలు బాగా తీసికునేవారు. ఎన్నో కష్టాలు పడి అప్పులు తెచ్చి బోరువేసి, కరెంట్ కనెక్షన్ తీసికొని మోటారు బిగించాడు వెంకటరెడ్డి. పంటకంటె

ఎక్కువగా కరెంట్ బిల్లు వచ్చింది. దాన్ని కట్టాలి. కట్టకపోతే కరెంటోళ్లు జీపెత్తుకొచ్చి ఇంటిపై దాడిచేస్తారు. స్టార్టరు తీసికొనిపోతారు.

ఇంటి ఖర్చులకోసం పాడి ఎనుమును కూడా అమ్మేస్తాడు వెంకట్రెడ్డి. అది సరిపోలేదు. కరెంటోళ్లు స్టార్టరు తీసికొనిపోవటానికి వస్తారు. వారికి అడ్డుపడ్డాడు వెంకటరెడ్డి. వారు అతన్ని ప్రక్కకు తోసేసి స్టార్టరు తీసికొని వెళ్లిపోతారు. కిందపడిన వెంకటరెడ్డి అక్కడే ప్రాణాలు విడిచాడు.

ఇబ్రహీం రాసిన 'జీవసమాధి', డి.రామచంద్రరాజు రాసిన 'చీకటి సవ్వడి', దేవిరెడ్డి వెంకటరెడ్డి రాసిన 'కొత్త చిరుగు', సొదుం రమణ రాసిన 'కరువు రాగం', డా॥ ఎన్.రామచంద్రరాసిన 'యంగముని వ్యవసాయం' వంటి కథలు రైతు జీవితాన్ని చిత్రించాయి.

కడప జిల్లా కథకులు ఎక్కువగా రైతు కథలనే రాశారు. అక్కడి ప్రజల ప్రధాన జీవనాధారం వ్యవసాయం కావటమే దానికి ప్రధాన కారణం.

ఫ్యాక్షన్ హత్యలు చిత్రించిన కథలు:

రాయలసీమ ప్రజలను వణికిస్తున్న నేటి సాంఘిక సమస్య ఫ్యాక్షనిజం.

ఫ్యాక్షన్ రూపురేఖలను, వాటి దుష్ఫలితాలను కథకులు అద్భుతంగా చిత్రించారు. ముఠాకక్ష్యల మూలంగా వేలాది కుటుంబాలు నామరూపాలు లేకుండా పోయాయి. అలాంటి దుస్థితిని చిత్రించిన కథల్లో అగ్రస్థానం వహించేది 'కూలిన బురుజు'. ఈ కథను ఆచార్య కేతు విశ్వనాథరెడ్డి గారు రాశారు. సారా వేలంపాటల్లో వచ్చిన పొరపచ్చాలను ప్రతీకారంగా తీసుకొని జరిగిన హత్యలను చిత్రించిన కథ అది.

ఎన్నికలు సందర్భంగా జరిగిన హత్యలు వాటి పర్యవసానాలకు చిత్రించిన కథ 'చుక్కపొడిచింది'. ఈ కథను పాలగిరి విశ్వప్రసాద్ రాశారు. ఫ్యాక్షన్ లీడర్ దగ్గర అనుచరుడిగా ఉంటూ అతడు చెప్పిన వారినల్లా చంపిన హంతకుడు నరసింహులు. అతనిపై కక్ష్యకట్టిన ప్రత్యర్థులు అతని కుమారుడు చంద్రను హత్య

89

చేస్తారు. అప్పుడు అతనిలో పశ్చాత్తాపం కలుగుతుంది. ఇక చెరువు అనంత కృష్ణశర్మగారు 'సింహము-కుక్క-పులి' కథ రాశారు. ఫ్యాక్షనిస్టులు చెప్పినట్లు హత్యలు చేసినవారు వచ్చే జన్మలో సింహము-కుక్క-పులిగా పుడతారని చక్కని సందేశమిస్తున్నది ఈ కథ.

అవీ-ఇవీ:

ఆర్థిక ఇబ్బందులు నిజాయితీ పరున్ని కూడా అవినీతిపరునిగా మారుస్తాయని, దాని ద్వారా మరికొన్ని సమస్యలు వస్తాయని దాని ద్వారా కుటుంబ జీవనం అస్తవ్యస్తమౌతుందని చిత్రించిన కథ కాలచక్రం. ఈ కథా రచయిత డి.లక్ష్మీకరరాజు.

పెళ్లి విషయంలో తల్లిదండ్రుల బిడ్డల అభిప్రాయాలను అడిగి తెలుసుకొని అందుకు తగ్గట్లుగా నడుచుకోవాలని, అదేవిధంగా పిల్లలు కూడా తమ ప్రేమ వ్యవహారాలను తల్లిదండ్రులకు వివరించి ఒప్పించి పెళ్లి చేసుకోవాలని 'నీతిగానుగ' కథలో రారా చిత్రించారు.

ఏ స్త్రీ అయినా బిడ్డల బాగుకోసమే సంప్రదాయపు కట్టుబాట్లు దాటుతుందని, అభద్రతా భావం నుండి బయటపడటానికి, రక్షణకు మారుమనువాడుతుందని కేశవ గోపాల్ గారు 'సంస్కరణ' కథలో చిత్రించారు. నిరుపేదల నిజాయితీని 'జవాబులేని ప్రశ్న' కథలో టి.వి.బ్రహ్మం చిత్రించారు.

అధిక సంతానవంతులైన తల్లిదండ్రుల వేదన 'అలకపాన్పు' కథలో యన్.సి.రామసుబ్బారెడ్డి గారు చిత్రించారు. ఉద్యోగం కోసం ఎందరెందరినో ఆశ్రయించడం, దాని ద్వారా ధనవ్యయం, శ్రమ తప్ప ప్రయోజనం ఉండదని 'రెకమెండేషన్' కథలో మల్లిశెట్టి జానకీరాంగారు చిత్రించారు.

ఆడపిల్లల పుట్టుకకు భార్యదే తప్పని, మగ పిల్లలను కనకపోవటానికి ఆమెదే తప్పని నిరాధార నిందలు వేసే భర్తల దుష్టచర్యలను ఎండగట్టిన కథ 'యంత్రం'. ఈ కథను షేక్ హుస్సేన్ సత్యాగ్ని గారు రాశారు.

వృద్ధులను అనాధలుగా చేస్తున్న బిడ్డల దురాగతాన్ని కళ్లకు కట్టినట్లు చిత్రించిన కథ 'ఈ గుండె కరగదు'. దీని రచయిత ముంగర శంకరరాజు.

ఒక స్త్రీ భర్త మరణంతో కుటుంబ భారాన్ని మోయటానికి కువైట్‌కు వెళ్లి అక్కడ పడే కష్టాలను, చిత్రించిన కథ 'కువైట్ సావిత్రమ్మ' ఈ కథ 'చక్రవేణు' రాశారు. మత సహనాన్ని బోధించిన కథ 'మతాతీతం' దీని రచయిత డా॥ మల్లెమాల వేణుగోపాల్‌రెడ్డి గారు. బడుగు బలహీన రైతులను కరణాలు ఏవిధంగా మోసం చేస్తున్నారో చిత్రించిన కథ 'ఎల్లువ'. దీని రచయిత దాదాహయత్.

మనుషుల మధ్య మమతానురాగాలు లేవని వారికంటె కుక్కలే నయమని హితవు పలికిన కథ 'కుక్కకు కోపమొచ్చింది !' దీని రచయిత రాణీపులోమజా దేవి. తోలుబొమ్మలాట కళాకారుల జీవితాలు ఎంతదుర్భరంగా మారాయో చిత్రించిన కథ 'కడుపాత్రం'. దీని రచయిత తవ్వాఓబుల్ రెడ్డి.

కడపజిల్లా కథకులు దాదాపు అన్ని అంశాలను గూర్చి స్పందిస్తూ కథానికలు రాశారు. అయితే ఒకటి రెండు అంశాలమీద పెద్దగా స్పందించిన దాఖలాలు లేవు. అందులో ఒకటి చేనేతల సమస్యలు. రెండోది గంగిరెద్దులాటల కళాకారుల సమస్యలు. కడపజిల్లా మాధవరంలో వేలాది మంది చేనేత కళాకారులు వివిధ వృత్తి సమస్యలతో మనుగడ సాగిస్తున్నారు. అదేవిధంగా నందలూరు గంగిరెద్దులాట కళాకారులకు పుట్టినిల్లు. వారికి ఆదరణ లేకపోవటంతో వారు ఆవృత్తికి స్వస్తి చెబుతున్నారు. ఈ రెండు అంశాలపై కూడా కథకుల కలం కదలి వారి సమస్యలను చిత్రిస్తే కడప కథకు సంపూర్ణత లభిస్తుందని భావించవచ్చు.

వి.ఆర్.యస్ డిగ్రీ కళాశాల, వీరపునాయని పల్లె, కడప జిల్లా, మరియు పి.జి. విభాగము తెలుగు శాఖ ఆధ్వర్యంలో 2014 మార్చి 15-16 తేదీలలో "కడప జిల్లా కథానిక" అనే అంశంపై నిర్వహించిన జాతీయ సదస్సులో సమర్పించిన వ్యాసం

భారతీయ సంస్కృతిలో మహిళ - ఒక పరిశీలన

సత్వరజ తమో గుణాలు కలిగిన స్వరూపం స్త్రీ. సత్వగుణానికి బ్రహ్మ, రజో గుణానికి విష్ణువు, తమో గుణానికి శివుడు ఆధార భూతులు. వీరి భార్యలు సరస్వతి, లక్ష్మీ, పార్వతి, ఈ ముగ్గురి దేవతల ఏకస్వరూపమే ఆదిశక్తి. ఈ సృష్టికి మూలం ఆదిశక్తియేనంటారు. ఆధ్యాత్మిక విదులు అదేవిధంగా త్రిమూర్తి స్వరూపమే విరాట్ స్వరూపము. విరాణ్మూర్తి ఆదిశక్తి అంశంతో సకల చరాచరజీవరాశులు పుట్టాయి. అలా పుట్టిన వాటిలో మానవజాతి ఒకటి. ఆ మానవజాతికి హేతుభూతమైనది స్త్రీ. ప్రపంచంలోని ప్రతి సమాజము అమ్మను పవిత్రంగా చూస్తున్నది. అమ్మను గౌరవిస్తే ఆడవారిని గౌరవించిన దానితో సమానం.

స్త్రీ మూర్తి తల్లిగా, భార్యగా, అక్కగా, చెల్లిగా, వదినగా, పురుషులలో సంబంధాలు కలిగి ఉంటుంది. అందరికీ సేవలు చేస్తుంది. తన శరీరాన్ని అనుక్షణం శ్రమకు గురిచేస్తుంది. స్త్రీ జీవితంలో మొదట తల్లికి ప్రాధాన్యం ఇవ్వబడుతున్నది. ఆ భావాన్ని బలపరుస్తూ ఈ శ్లోకం చెప్పబడింది.

శ్లో॥ మాతా సమం నాస్తి శరీర పోషణం చింతా సమంనాస్తి శరీర శోషణం ।
భార్య సమం నాస్తి శరీర తోషణం । విద్యా సమం నాస్తి శరీర భూషణమ్ ॥

(మనుస్మృతి: 8-101 శ్లోకం)

తల్లివలె పుత్రుని శరీరమును పోషించువారెవరూ ఉండరు. అట్లే శరీరమును శుష్కింపజేయుటలో చింతవంటిది ఇంకొకటి లేదు. శరీరమునకు సుఖ సంతుష్టులు నొసగుటలో భార్యకు మరెవరూ దీటు కాజాలరు. వీటిలో పోల్చినపుడు శరీరానికి ఇంక ఏ అలంకారమూ గౌరవాన్ని ఇవ్వలేవు - అంటుంది మనుస్మృతి.

తల్లికి బిడ్డలపై ఉండే ప్రేమ ఎలాంటిదో శ్లోకంలో చెప్పబడింది. అటు తరువాత స్థానం భార్యది. మనువు తల్లి, భార్య స్థానం ఎంతటిదో పై శ్లోకంలో చెప్పాడు. అదేవిధంగా భార్యాభర్తల అన్యోన్యతను కూడా మనుస్మృతి చర్చించింది.

భార్య వలన భర్త, భర్త వలన భార్య, సంతుష్టులై ఏ గృహంలో ఉంటారో ఆ ఇంటిలో ఎప్పుడూ కళ్యాణపరంపరలు ఉంటాయని పేర్కొన్నది. అదేవిధంగా భార్యాభర్తలు యావజ్జీవితము ఒకరినొకరు అతిక్రమించి చరించరాదని స్పష్టంగా పేర్కొన్నది. భార్యాభర్తలు ఈ విధంగా కలిసి మెలసి జీవిస్తుంటే కుటుంబంలో కలతలుండవు గదా ! భర్త దురలవాట్లకు గురై నడుచుకుంటున్నా భార్య పాతివ్రత్యాన్ని జవదాటినా ఆ కుటుంబంలో నిరంతరం కలతలే ఉంటాయి. దాని ప్రభావం వారి పిల్లలపైన పడుతుంది. అందువల్ల తల్లిదండ్రులు కుమార్తెకు చక్కని విద్యాబుద్ధులు నేర్పాలి. తగిన వయస్సు వచ్చాక వివాహం చేసి అత్తవారింటికి పంపాలి. కణ్వమహర్షి శకుంతలతో ఇలా అంటాడు.

శ్లో॥ **సతీమపి జ్ఞాతి కులైక సంశ్రయం, జన్యోన్యథా భర్తృయతీం విశంకతే ।**
అతస్సమీపే పరిణేతురిష్యతే ప్రియా ప్రియా నా ప్రయదా స్వబంధుబిః ॥

(అభిజ్ఞాన శాకుంతలము 2-18 శ్లోకం)

వివాహిత స్త్రీ పుట్టినింట ఉంటే ఆమె పతివ్రత అయినా జనులు శంకిస్తారు. అందుచే వివాహిత స్త్రీ భర్తకు ఇష్టురాలుగానీ, కాకపోనీ భర్తగృహమందే ఉండవలెనని బంధువులు కోరతారు అంటాడు. స్త్రీ గౌరవాన్ని కాపాడుటకు ఆర్యులు నియమించిన సనాతన ధర్మం ఇది. ఇలాంటి సమస్యను నేటికీ స్త్రీలు ఎదుర్కొంటున్నారు.

ఇక స్త్రీ మనస్తత్వాన్ని గూర్చి ఇలా తెలిపారు. తమకు ఇష్టమైన పురుషునియందు ఆసక్తులైన స్త్రీలు తల్లినీ, పుట్టినింటినీ, బంధువులనూ, సంపదలనూ చివరికి ప్రాణాలను కూడా తృణప్రాయంగా భావించి ప్రవర్తిస్తారు. అందువల్ల భర్త స్త్రీ మనసును గెలుచుకోవాలి. అదే సందర్భంలో స్త్రీలు గూడా చాలా జాగ్రత్తగా ఉండాలి. స్త్రీలు సాధువులుగా ఉన్నను, మాటలు మెత్తగా ఉన్నను జనులు తమ ఉద్ధతిని చూపుటకు యత్నిస్తారు. అందుచేత స్త్రీలు కఠినంగా ఉండాలంటారు. ఈ విషయాన్ని ఉత్తర రామచరిత కూడా తెలుపుతున్నది. ఆ సందర్భంలో స్త్రీ ఔన్నత్యాన్ని తెలుపు శ్లోకమొకటి ఇలా ఉంది.

శ్లో॥ కార్యేషు దాసీ కరణేషు మంత్రీ । రూపేచ లక్ష్మీః క్షమయా ధరిత్రీ ।
స్నేహేచ మాతా శయనేతు వేశ్యా, షట్కర్మయుక్తు కుల ధర్మపత్నీ ॥

గృహ కృత్యములందు దాసిగానూ, కార్యాలోచనలందు మంత్రి గాను, రూప సంపద యందు లక్ష్మీదేవిగాను, ఓర్పుయందు భూదేవి గాను, స్నేహమందు తల్లిగాను, కూటమియందు రంభగాను వర్తించు స్త్రీయే ఉత్తమ స్త్రీ అనిపించుకుంటుందని పంచతంత్రం తెలుపుతున్నది. దీనిపై ప్రశంసలూ విమర్శలు ఉన్నాయి. ఈ శ్లోకం స్త్రీని బానిసగా చూస్తున్నదని అభ్యుదయ వాదులు, స్త్రీ ఔన్నత్యాన్ని కొనియాడుతున్నదని సాంప్రదాయ వాదులు భావిస్తున్నారు.

ఏది ఏమైనా పురుషునికి మంచి భార్య దొరకటం పూర్వజన్మ సుకృతమేనని శాస్త్రాలు తెలుపుతున్నాయి.

శ్లో॥ అనుకూలం విమలాంగీం, కులజాం కుశలాం సుశీల సంపన్నాం ।
పంచలాకారం భార్యాం, పురుషో పుణ్యోదయా లభతే ॥

అనుకూలవతి, విమలాంగీ, కులీనురాలు, కుశలవతి, శీలవతియైన భార్య పురుషునికి పుణ్య విశేషము వల్లనే లభిస్తున్నది. అదేవిధంగా పురుషుడు కూడా చక్కని దేహము కలది, ఇంపైన పేరు గలది. హంస వలె నడుచునది, సన్నని రోమములు కేశములు కండ్లు కలది, మృదుభాషిణి అయినట్టి లక్షణములు గల కన్యను వివాహము చేసుకోవాలని పెద్దలు సూచించారు. జగడగొండి, దొంగిల స్వభావము గలది, పరానుకూలురాలు, పరిహాసములాడునది, ముందుగ భుజించునది, పెత్తనముల మారి అయిన భార్య పదుగురి బిడ్డల తల్లి అయినను విడువలెనంటుంది శాస్త్రం. ఈ శ్లోకంలో స్త్రీకి ఎన్నో ఆంక్షలు విధించబడ్డాయి. ఇంకా ఆర్యులు ఇలా అన్నారు. చూచుటతోనే మనోవైకల్యం, తాకుటతో ధనక్షయం, సంభోగం వల్ల సర్వరోగాలను కలిగించు వెలయాండ్రకంటే ప్రత్యక్ష రాక్షసు లెవ్వరుంటారని ఏవగించుకున్నారు. మరొక సందర్భంలో స్త్రీని గొప్పగా శ్లాఘించారు కూడా.

శ్లో॥ హరిణీ ప్రేక్షణాయాత్ర, గృహిణీ నవిలోక్యతే ।
సేవితం సర్వ సంపద్భిః, అపి తద్భవనం వనమ్ ॥

ఏ గృహమందు లేడిచూపులు గల గృహిణి కనిపించదో అచ్చట సర్వ సంపద్భాగ్యములు ఉన్నను అది అరణ్యమేగాని ఇల్లు గాదు అని దానర్థం. అట్టి ఇల్లాలును పొందినవాడు ధన్యుడు. ఆ ధన్యుడు సత్క్రమవంతుడైతే భార్య పూజిస్తుంది. ఆ స్థాయి లక్షణాలు భర్తకూ ఉండాలి.

శ్లో॥ మితం దదాతి హి పితాః భర్తారం కానపూజయేత్
అమితస్వతు దాతారం । భర్తారం కాన పూజయేత్
(రామాయణం - అయోధ్య కాండ - 39, 40వ శ్లోకం)

తండ్రి మితముగానే ఇస్తున్నాడు, తల్లి కొడుకు కూడా మితంగానే ఇస్తున్నారు. కాని మితం లేకుండా కావలసినవన్నీ యిచ్చువాడు భర్త. అట్టి భర్తను ఎవరు పూజించరు ? అందరూ పూజిస్తారని భావం. అయితే ఆ స్త్రీ ధన్యురాలు అవుటకు మనవారు మార్గం చెప్పారు. వైధవ్యము వంటి దుఃఖము స్త్రీలకు ఇంకొకటి లేదు. భర్తకంటే ముందుగా మరణించిన స్త్రీయే ఈ లోకములో స్త్రీలలోకి ధన్యురాలు కదా ! అంటూ స్త్రీకి వైధ్యవ్యమూ భరించరానిదన్నారు.

స్త్రీలపై జరిగే అత్యాచారాలను శాస్త్రాలు గర్హించాయి.

శ్లో॥ పరదారాభియర్మేషు ప్రవృత్తిన్ నవాన్ మహీపతిః ।
ఉద్వేజన కర్తైః దండైః చిహ్నాయిత్వా ప్రవాసయేత్ ॥
(మనుస్మృతి 8-352)

పరస్త్రీలను కోరుతూ, వెంటాడుతూ, బాధించే పురుషులను పాలకుడు తీవ్రమైన దండనలచే శిక్షించి, దోషియను చిహ్నములను వారిపై ముద్రించి దేశాంతరములకు వెడలగొట్టవలెను అంటుంది మనుస్మృతి. స్త్రీల రక్షణకు ఇది చాలా సహేతుకమైనదిగా భావించవచ్చు. ఈ శిక్షను అమలు చేస్తే నేడు స్త్రీలపై జరుగుతున్న అత్యాచారాలకు కొంతవరకైనా అడ్డుకట్ట వేయవచ్చు.

సీతారాములు, పార్వతీపరమేశ్వరులు, లక్ష్మీనారాయణులు అని స్త్రీల పేర్లు యందు తగిలిస్తున్నా, స్త్రీ గొప్పదనాన్ని గూర్చి వేదాది గ్రంథాలు నొక్కి చెప్పినా, కాలక్రమంలో స్త్రీ దుర్భర స్థితిని ఎదుర్కొంటున్నది. కావ్యాలలో స్త్రీ కొంత స్థైర్యవంతురాలిగా చిత్రించబడగా ప్రబంధాలలో పచ్చి శృంగార రూపులుగా పేర్కొనబడ్డారు. శృంగారాన్ని అనుభవించడానికే వారు పుట్టినట్లు కవులు చిత్రించారు. బాల్య వివాహాలతో, సతీసహగమనంతో స్త్రీ జాతిలో చీకటి కోణాలు నిండుకున్నాయి. ఆంగ్లేయులు సంఘ సంస్కరణ ప్రభావంతో కొంత మార్పు వచ్చింది. దానిని అందిపుచ్చుకున్న కందుకూరి, గురజాడ వంటి వారు స్త్రీ చైతన్యానికి ఎంతగానో కృషి చేశారు.

ఆధునిక కాలంలో స్త్రీ జాతి ఉద్ధరణకు స్త్రీవాద కవిత్వం రూపుదాల్చింది. ఓల్గా, జయప్రభ, కొండేపూడి నిర్మల, మహెజబీన్ వంటి స్త్రీ వాద కవయిత్రులు కవిత్వం రాసి, స్త్రీ జాతిని చైతన్యపరచుటకు కృషి చేస్తున్నారు. ఏది ఎలా ఉన్నా వాఙ్మయాధారాల పరంగా చూసినా, చారిత్రకంగా చూసినా భారతీయ స్త్రీ జీవితం బొమ్మ బొరుసువంటిదని చెప్పవచ్చు. నేటి శాస్త్ర సాంకేతిక యుగంలో మహిళలు సాధించని, కార్యం లేదు. అందువల్ల ఇంకా వారిని అబల అని చులకనగా చూడటం మాని - సబలగా గుర్తించి పురుషునితో సమానంగా చూసే స్థాయికి మగజాతి ఎదగాలని ఆశిద్దాం.

ఆంధ్రప్రదేశ్ హిస్టరీ కాంగ్రెస్, గుంటూరు వారు తిరుపతి శ్రీ వేంకటేశ్వర విశ్వవిద్యాలయంలో 6 జనవరి 2014 నాడు నిర్వహించిన జాతీయ సదస్సులో సమర్పించిన వ్యాసం

వాల్మీకి మహర్షి

రామాయణం ఆదికావ్యం. దీన్ని లోకంలో ఆవిష్కరింపజేసి, పాఠకులకు మధురిమలను పంచి ఇచ్చినమహర్షి 'వాల్మీకి' శ్రీ సీతారాములవృత్తాంతాన్ని ఆధారంగా చేసుకొని పఠితలకు ఆనందోపదేశాలను అందిస్తూ, ఈ లోకానికి మహోపకారం చేసిన ధన్యాత్ముడు. ఈ రామోదంతము భారతదేశంలోని వివిధభాషలలో, కావ్యనాటకాది సాహిత్యప్రక్రియంలలో మధురాకృతులను దాల్చింది. కమ్మనిభావసౌరభాలతో పఠితల హృదయాలకు హాయిని గూర్చింది. ఇంతటి విశిష్టత కలిగిన రామాయణకావ్యానికి గల మూలహేతువులు, పూర్వాపరాలు రామాయణంలో చెప్పబడ్డాయి. నారదుణ్ణి జిజ్ఞాసతో వాల్మీకిమహర్షి ఇలా ప్రశ్నిస్తాడు.

శ్లో॥ కోన్వస్మిన్ సాంప్రతం లోకే గుణవాన్ క శ్చ వీర్యవాన్।
ధర్మజ్ఞ శ్చ కృతజ్ఞ శ్చ సత్యవాక్యో దృఢవ్రతః॥

(శ్రీమద్వాల్మీకి రామాయణం- బాలకాండం- మొదటి సర్గం- 2వ శ్లోకం)

"ఓ మహర్షీ! సకల సద్గుణసంపన్నుడు, ఎట్టి విపత్కరపరిస్థితులలోనూ తొణకనివాడు, సామాన్యవిశేషధర్మాలను తెలిసినవాడు, శరణాగతవత్సలుడు, ఎట్టి క్లిష్టపరిస్థితుల యందును ఆడి తప్పనివాడు, నిశ్చలమైనసంకల్పము కలవాడు అయిన పురుషుడు ఇప్పుడు ఈ భూమండలంలో ఎవడు ఉన్నా?" దని ప్రశ్నించాడు. వాల్మీకిమహర్షి అడిగిన ప్రశ్నలకు ఎంతగానో సంతోషించిన నారదమహర్షి ఇక్ష్వాకుకులతిలకుడైన శ్రీరాముని గుణగణాలను ఆమూలాగ్రం వివరించాడు. రామాయణకథను సంక్షిప్తంగా తెలిపాడు. ఆ తర్వాత వాల్మీకిమహాముని గంగానదీ తీరానికి సమీపంలో ఉండే తమసానదీతీరానికి వెళ్లాడు. అక్కడ క్షణకాలమైనా ఎడబాటు సహించ లేని క్రౌంచపక్షుల జంటను చూచాడు. అన్యోన్యానురాగంలో మసలుతున్న వాటి మధురధ్వనులను విన్నాడు. ఆ పక్షులనే తదేకంగా చూస్తుండిపోయాడు. అంతలో ఒక కిరాతుడు వాల్మీకిముని చూస్తుండగానే ఆక్రౌంచపక్షుల జంటలో మగపక్షిని

బాణంతో కొట్టాడు. కిరాతునిబాణపు దెబ్బకు నేలపై బడి రక్తసిక్తమైన అంగాలతో గిలగిలకొట్టుకుంటున్న ఆ మగపక్షిని ఆడపక్షి చూచి, దాని వియోగానికి తట్టుకోలేక జాలిగొలుపు ధ్వనితో క్రౌంచపక్షి ఏడ్వసాగింది.

క్రూరుడైన ఆ కిరాతునిహింసకు గురై, నెత్తురోడుచూ పడి ఉన్న ఆ క్రౌంచపక్షిని చూచి, వాల్మీకిమహర్షి హృదయం కరుణరసంతో పొంగి పొరలింది. మిక్కిలి జాలిగొలిపెడి ఆ క్రౌంచ పక్షులదురవస్థను చూచి, సుతిమెత్తని హృదయం కలవాడైన ఆ వాల్మీకిముని ఎంతో ఆవేదన చెందాడు. రతిక్రీడలో ఉన్న పక్షులను హింసించి, విడదీయుట కటిక కసాయితనం, అధర్మం అని భావించాడు. అప్పుడామహర్షి నోటివెంట అప్రయత్నంగా ఈ క్రిందిశ్లోకం వెలువడింది.

శ్లో॥ మా నిషాద ప్రతిష్ఠాం త్వ మగమః శాశ్వతీ స్సమాః।
యత్ క్రౌంచమిథునా దేకమ్ అవధీః కామమోహితమ్॥

(శ్రీమద్వాల్మీకి రామాయణం- బాలకాండం- రెండవ సర్గం- 15వ శ్లోకం)

"ఓ కిరాతుడా! క్రౌంచపక్షులజంటలో కామపరవశమై ఉన్న ఓ పక్షిని (మగ) చంపితివి. అందువల్ల నీవు ఎక్కువ కాలం జీవించి ఉండవు" అని దూషించాడు. వెంటనే మహర్షి తనలో తానే తర్కించుకున్నాడు. క్రౌంచపక్షుల దుఃస్థితిని చూచి, తానుకూడా ఆవేశపడి కిరాతుణ్ణి నిందించానని పశ్చాత్తాపపడ్డాడు. కొంతసేపటికి ఆ ఆవేదన నుంచి బయటపడ్డాడు. వాల్మీకి తన శిష్యుడైన భరద్వాజునితో ఇట్లా అన్నాడు.

శ్లో॥ పాదబద్ధో౽ క్షరసమః తంత్రీలయసమన్వితః।
శోకార్తస్య ప్రవృత్తో మే శ్లోకో భవతు నాన్యథా॥

(శ్రీమద్వాల్మీకి రామాయణం- బాలకాండం- రెండవ మార్గం- 18వ శ్లోకం)

"నేను పలికినమాటల సమూహం సమానాక్షరాలు గల నాలుగుపాదాలతో ఒప్పుతూంది. లయబద్ధమై వాద్యయుక్తంగా గానం చేయడానికి తగి ఉంది. కనుక ఇది ఛందోబద్ధశ్లోకమే" అన్నాడు. గురువుగారిమాటలు విన్న శిష్యుడు భరద్వాజుడు చాలా సంతోషించాడు. ఆ శ్లోకాన్ని కంఠస్థం చేసుకున్నాడు. మహర్షికూడా ఆ శ్లోకాన్ని

స్మరించుకుంటూ నదీస్నానం చేసి, తన ఆశ్రమానికి చేరాడు. అక్కడ దేవపూజాదికకర్మలను నిర్వర్తించాడు. తరువాత సుఖాసీనుడై నదీతీరంలో జరిగిన సంఘటనలనే తలపోస్తూ, ఇతరకథాప్రసంగాలను పురాణాది పారాయణ కార్యక్రమాలను నిర్వర్తించాడు. వాల్మీకిమహర్షి ఆ విధంగా తన దైనందిన విధ్యుక్తధర్మాలను నిర్వర్తిస్తుండగా, సృష్టికర్త బ్రహ్మదేవుడు ఆ మహర్షిని చూడడానికై స్వయంగా ఆయన ఆశ్రమానికి వచ్చి, వాల్మీకితో–

'ఓ మహర్షీ! నీవు కనికరంతో పలికినపలుకులు ఛందోబద్ధమైన శ్లోకమే! ఈ విషయంలో విచారించవలసినపనిలేదు. నీ వాక్కు నా సంకల్పప్రకారమే ప్రవర్తిల్లింది. నీవు శ్రీరామచరితాన్ని సంపూర్ణంగా ఇట్టిఛందస్సుల్లోనే రచింపుము. శ్రీరాముడు ధర్మాత్ముడు, కరుణాళువు, సకలసద్గుణ సంపన్నుడు, గొప్పప్రజ్ఞాశాలి, మేరునగధీరుడు అని లోకంలో ఖ్యాతి కెక్కినవాడు, అట్టి శ్రీరాముని చరిత్రను నారదుడు నీకు తెల్పిన ప్రకారం వర్ణింపుము' అని ఉపదేశించాడు. అటు పిమ్మట కొద్ది సేపటికే బ్రహ్మ అదృశ్యమయ్యాడు. అప్పుడు వాల్మీకి మహర్షి, ఆయన శిష్యులు ఆశ్చర్యంలో మునిగారు.

బ్రహ్మదేవుని ఉపదేశాన్ని ఆదేశంగా భావించి, వాల్మీకి మహర్షి రామాయణ రచనకు శ్రీకారం చుట్టాడు. శ్రీరాముని కీర్తి పరిమళాలను ముల్లోకాలలో గుబాళింపజేయునట్లు రామాయణ కావ్యాన్ని సమానాక్షరాలు గల పాదాలతో, విశేషవృత్తాలతో, అర్థవంతాలైన చక్కనిపదాలతో, వేలకొలది శ్లోకాలతో మనోహరంగా రచించాడు. వాల్మీకిమహర్షి ప్రణీతమైన ఈ మహారావణుని వధనూ వర్ణిస్తుంది. ఇందలిసమాసాలు, సంధులు శాస్త్రానుకూలాలై చక్కగా కుదురుకొన్నవి. రసస్ఫోరకాలై, మాధుర్యగుణంతో, అర్థవంతాలైనవాక్యాలతో ఈ గ్రంథం కూర్చబడింది.

వాల్మీకి తనదివ్యనేత్రాలకు సాక్షాత్కరించిన రామాయణ కథాఘట్టాల నన్నింటిని ఆరుకాండలుగానూ, సీతాపరిత్యాగాన్నీ, తదనంతరఘట్టాలనూ ఉత్తర కాండలోను వివరించాడు. బ్రహ్మదేవుని అనుగ్రహం వల్ల దివ్యజ్ఞానాన్ని పొందినవాడూ,

మహాకావ్య నిర్మాణచతురుడూ అయిన వాల్మీకిమహర్షి కోసలాధీశుడై ఉన్న శ్రీరామునిచరితాన్ని మనోజ్ఞశబ్దార్థాలంకార శోభలతో లోక కల్యాణానికై అద్భుతంగా, రసవత్తరంగా రచించాడు.

సప్తగిరి మాసపత్రికలో అక్టోబరు 2014 న ప్రచురితమైన వ్యాసం

సమాజానికి రెండు కళ్లు – ప్రింట్, ఎలక్ట్రానిక్ మీడియా

ప్రవేశిక :

ప్రస్తుత కాలాన్ని వైజ్ఞానిక శాస్త్ర సాంకేతిక విప్లవ యుగంగా పేర్కొనవచ్చు. విశ్వవ్యాప్తంగా జరుగుతున్న మార్పుల్ని క్షణాల్లో నేడు మనం తెలుసుకోగలుగుతున్నాం. అందుకు చక్కగా దోహదపడుతున్నది సాంకేతిక పరిజ్ఞానం. దీన్ని ఆధారంగా చేసుకొని మాధ్యమాలు పనిచేస్తున్నాయి. ప్రారంభంలో ప్రింట్ మాధ్యమం సమాజంపై బలమైన ముద్ర వేసింది. అయితే ఇటీవల కాలంలో ఎలక్ట్రానిక్ మీడియా రంగ ప్రవేశం చేసి సంచలనం సృష్టిస్తున్నది. సమాచారాన్ని ఒకరి నుంచి మరొకరికి చేరవేయడం మాత్రమే మాధ్యమం పనికాదు. ఒక సంఘటననో, సంచలనాన్నో, వార్తనో విస్తృత ప్రజా సమూహం వద్దకు నిష్పక్షపాతంగా చేరవేయటం మాధ్యమం ప్రధాన కర్తవ్యం. ఆ బాధ్యతను నేటి మాధ్యమం నెరవేరుస్తున్నది చెప్పవచ్చు.

మాధ్యమాన్ని ఆంగ్లంలో మీడియా అంటారు. ప్రసార, ప్రచార సాధనం అని దానర్థం. ఒకచోట జరిగిన విషయాన్ని సచిత్రంగా గానీ, సవివరంగా గానీ, లిఖిత పూర్వకంగా తెలియజేసేది ప్రచురణ మాధ్యమం (ప్రింట్ మీడియా), అదే అంశాన్ని యథాతథంగా సచిత్రంగా క్షణాల్లో దృశ్యరూపంగా అందజేసేది ఎలక్ట్రానిక్ మాధ్యమం. నేటి సమాజానికి ఈ రెండిటి అవసరం చాలా ఉంది. ఒకప్పుడు కేవలం ప్రింట్ మీడియా మాత్రమే ఉండేది. దాని ద్వారా సమాచారం తెలుసుకొనుటకు చాలా సమయం పట్టేది. అయితే ఎలక్ట్రానిక్ మీడియా రాకతో సమాజపు రూపరేఖలే మారిపోయాయి. పండిత పామరులందరూ ఇంటివద్దనే కూర్చుని ప్రపంచ విషయాలన్నీ తెలుసుకోగలుతున్నారు. తెలుగు మాధ్యమాన్ని పరిశీలిస్తే ప్రింట్, ఎలక్ట్రానిక్, మీడియా రెండూ పోటాపోటీగా వార్తాది అంశాలను ప్రజల వద్దకు చేరవేస్తున్నాయి.

మాధ్యమం – వర్గీకరణ:

అచ్చుయంత్రం కనుగొనకముందు వ్యక్తుల ద్వారా సమాచారాన్ని

చేరవేసేవారు. కొన్ని సందర్భాల్లో పెంపుడు చిలకల ద్వారా రాసిన ఉత్తరాన్ని పంపేవారు. ఆంగ్లేయుల రాకతో మన జీవన విధానంలో, ఆలోచనా రీతిలో సమూలమైన మార్పులు వచ్చాయి. హేతు దృక్పథం, సంఘ సంస్కరణ వైలక్షణ్యం పొడసూపాయి. కాలక్రమంలో శాస్త్ర సాంకేతిక విప్లవం మెరుపువేగంతో దూసుకు రావటంతో మాధ్యమ స్వరూప స్వభావాలు కొత్త రూపు సంతరించుకున్నాయి. ఒకప్పుడు పత్రికలు, రేడియో వంటి వాటి ద్వారానే మాధ్యమ ప్రచారం సాగేది. అటు తరువాత ఎలక్ట్రానిక్ మీడియా రంగప్రవేశంతో వినూత్న ఆవిష్కరణ జరిగినట్లయింది. ఈ దృక్కోణంలో చూసినపుడు మాధ్యమాన్ని ఇలా వర్గీకరించవచ్చు.

1. ప్రింట్ మాధ్యమం
2. ఎలక్ట్రానిక్ మాధ్యమం

వీటిని ఇలా విశ్లేషించవచ్చు.

1. ప్రింట్ మాధ్యమం:

ప్రచురణ మాధ్యమం లేదా ప్రింట్ మీడియా అన్నది ప్రజలకు అత్యంత చేరువైనదిగా చెప్పవచ్చు. అతి తక్కువ వ్యయంతో సామాన్యులు కూడా దాన్ని వశం చేసుకొనుటకు అవకాశం ఉంది. దాన్ని రికార్డుగా పది కాలాలపాటు భద్రపరుచుకొనే వీలు ఉంది. మన తెలుగుభాషలో దిన వార మాస సాంవత్సరికాది పత్రికలు, వివిధ ప్రచురణ గ్రంథాలు వంటివి ప్రింట్ మాధ్యమం కిందకు వస్తాయి. నేడు ప్రపంచంలోని అన్ని లిపిగల భాషల్లోనూ ఇవి ప్రచురించబడుతున్నాయి.

1. దినపత్రికలు:

ఇవి ప్రతిరోజు ఉదయం లేదా సాయంకాలం పాఠకులందరికి చేరతాయి. ఒక నిర్దేశిత కాలం అంటే 24 గంటలు లేదా 12 గంటల కాలంలో ప్రపంచంలో జరిగిన వార్తలను గుదిగుచ్చి ప్రచురించి మన ఇంటికి చేరుస్తున్నారు. ఈనాడు, వార్త, ఆంధ్రభూమి, ఆంధ్రజ్యోతి, ప్రజాశక్తి, విశాలాంధ్ర, సాక్షి, నమస్తే తెలంగాణ, నవ్య తెలంగాణ వంటి వాటిని దిన పత్రికలకు ఉదాహరణలుగా పేర్కొనవచ్చు.

వీటిలో అంతర్జాతీయ, జాతీయ, రాష్ట్రీయ, జిల్లా స్థాయి, స్థానిక వార్తలూ ఉంటాయి. వీటితోబాటు వ్యాపార, వాణిజ్య, రైతు, సినిమా, క్రీడలు, విద్య, వైద్య మొదలగు వివిధ రంగాలకు చెందిన వార్తలు ఉంటాయి. ప్రతిరోజూ సంపాదకీయం ఉంటుంది. ఇంకాసమకాలీనాంశాలపై రాజకీయ రంగ ప్రముఖుల వ్యాసాలు, జర్నలిస్ట్ల వ్యాసాలు ప్రచురించబడతాయి. ఆయా దినాల ప్రత్యేకతల ఆధారంగా ప్రత్యేక వ్యాసాలుంటాయి. పాఠకుల అభిప్రాయాలు తెలుపుటకు పాఠకుల లేఖలకు తగిన స్థానం ఉంటుంది. వారంలో ఒక రోజు ఒక పూర్తి పేజీ సాహిత్యాంశాలకు కేటాయించబడుతుంది. ఇంకా ఎన్నో అంశాలకు చెందిన వార్తలు, వార్తాంశాలు, వార్తా వ్యాఖ్యలు ఉంటాయి. ఆ రోజు అర్ధరాత్రి వరకు జరిగిన సంఘటనలను తీసికొని రాత్రికి రాత్రే ప్రచురించి సూర్యోదయం కాక ముందే మన ఇంట్లో దినపత్రికలు ఉదయిస్తున్నాయి.

అయితే కొన్ని దిన పత్రికలు రాజకీయ పార్టీలకు ఒకింత వంత పాడుతూ వస్తున్నాయనే విమర్శ ఉంది. అయినా ఆ విషయాన్ని సప్రమాణంగా ఋజువు చేయుటకు తగిన ఆధారాలు దొరకవు. 'లోకోభిన్నరుచిః' అన్నట్లు వ్యక్తుల ఇష్టాయిష్టాలను బట్టి పక్షపాత బుద్ధి ఉండవచ్చు. అయితే అది ప్రజలకు హానిచేయగలిగిన స్థాయిలో మాత్రం లేదు. ఒక్క మాటలో చెప్పాలంటే దాదాపు అన్ని దినపత్రికలూ నిష్పాక్షికతను ప్రదర్శిస్తున్నాయనే చెప్పకతప్పదు.

సామాన్యుల నుంచి మాన్యుల వరకు అతి చౌకగా చేరువవుతున్న మాధ్యమాల్లో దినపత్రికలది అద్వితీయస్థానం. పత్రికా ప్రపంచంలో ప్రజలకు చేరువవుతున్నది. దినపత్రిక, అశేష పాఠకాదరణ పొందుతున్నదీ దినపత్రిక మాత్రమే. అక్షరాస్యులలో దినపత్రిక చదవని వారుండరనుటలో అతిశయోక్తిలేదు. నిరక్షరాస్యులు కూడా పత్రికను చదివించుకొని వింటున్నారు. దినపత్రికలు ప్రజల చేతిలో కరదీపికలుగా వెలుగొందుతున్నాయి.

2. వార పత్రికలు:

ఇవి వారానికి ఒకసారి ప్రచురించబడి పాఠకులందరికి చేరుతున్నాయి. ఇందులో సాహిత్య, సాంస్కృతిక, సాంఘిక, పౌరాణికాది అంశాలతో కూడిన విషయాలున్నాయి. ఇవి కేవలం కాలక్షేపానికి మాత్రమే ఉపకరిస్తున్నాయని చెప్పవచ్చు. ఉదాహరణకు స్వాతి, ఆంధ్రభూమి, నవ్యవంటి వాటిని పేర్కొనవచ్చు.

3. మాస పత్రికలు:

ఇవి మాసానికి ఒకసారి ప్రచురించబడతాయి. ఇందులో వారపత్రికలో ప్రచురించబడే అంశాలతో బాటుగా ప్రముఖుల ఇంటర్వ్యూలు కూడా ఉంటాయి. వీటికి అనుబంధంగా ఒక నవల కూడా ఉంటుంది.

ఇందులో ఆ నెలలో జరిగిన వార్తాంశాలు, సాహిత్యాంశాలు, కథానికలు, కవితలు, ప్రహేళికలు, మాసఫలాలు మొదలగునవి ఉంటాయి. రాజకీయాంశాలపై విమర్శ ఉంటుంది. వారపత్రికల వలె ఇవి కూడా కాలక్షేప పత్రికల కిందకేవస్తాయి. ఇంకా వార, మాస పత్రికలు కథ, నవల వంటి పోటీలు నిర్వహించి భారీస్థాయిలో సాహితీవేత్తలకు అవార్డులను అందిస్తున్నాయి.

ఈ మాస పత్రికల్లో మరో రకమైన పత్రికలూ ఉన్నాయి. అవి ఆధ్యాత్మిక పత్రికలు, సప్తగిరి, రామకృష్ణప్రభ, గిరిధారి, సనాతన సారధి వంటి వాటిని హిందూమత ధార్మిక పత్రికలుగా పేర్కొనవచ్చు.

సువార్తవాణి, స్వస్థత వాణి, క్రీస్తువాణి వంటి వాటిని క్రైస్తవ మత ప్రచార పత్రికలుగా పేర్కొనవచ్చు. ఇదే విధంగా వివిధ మతస్తులు తమ మత ప్రచారం కోసం పత్రికలు నెలకొల్పి ప్రచారం చేస్తున్నారు. వీటితోబాటు ఉద్యోగ సమాచారం, వివేక్ వంటి పత్రికలు నిరుద్యోగుల పాలిట కల్పవృక్షంగా ఉంటున్నాయి.

ఇంతేగాక ఇంకా కొన్ని ఉద్యమ పత్రికలూ ఉన్నాయి. బహుజన కెరటాలు, దళిత, హేతువాదం, వనిత వంటి పత్రికలున్నాయి. ఇందులో ఆయావర్గ ప్రజల జీవన పోరాట గాథలు ప్రచురితమవుతున్నాయి.

ఇంకా సినీ, రాజకీయ, శృంగారాంశాలు, వాస్తుకు చెందిన అంశాలను ప్రచురిస్తూ అనేక పత్రికలు వెలువడుతున్నాయి. ఈ ప్రకారం చూసినపుడు తెలుగులో దినవార మాసపత్రికలు వంద వరకు ఉన్నట్లు తెలుస్తున్నది. అన్ని ప్రతికలకూ ఆదరణ ఉందని స్పష్టంగా చెప్పవచ్చు. వీటితో బాటు సాహిత్య ప్రస్థానం, తెలుగు వెలుగు వంటి సాహిత్య పత్రికలు వెలువడుతున్నాయి. ఆంధ్రప్రదేశ్ ప్రభుత్వం, 'ఆంధ్రప్రదేశ్' అనే మాస పత్రికను ప్రచురిస్తున్నది.

4. సాంవత్సరిక పత్రికలు:

తెలుగులో సాంవత్సరిక పత్రికలు సంఖ్య తక్కువనే చెప్పవచ్చు. ముఖ్యంగా పంచాంగాలు, కేలండర్లు (కాలమానపట్టికలు) వెలువడుతున్నాయి. అయితే ప్రజాశక్తి పత్రిక మాత్రం ఆయా సంవత్సరంలో జరిగిన అంశాలను చేర్చి ఒక సంచిక వెలువరిస్తున్నది. కొన్ని ఉద్యోగ సమాచార పత్రికలు కూడా సంవత్సరాంశాలతో ఒక వినూత్న సంచికగా వెలువరిస్తున్నాయి. అవి నిరుద్యోగుల పాలిటవరంగా ఉంటున్నాయి.

కొన్ని పత్రికలు విశిష్టాంశాలతో ఒక ప్రత్యేక సంచికను తెస్తున్నాయి. అందులో ఆయా జిల్లాల సమాచారం సమగ్రంగా ఉంటున్నది. వార్త దినపత్రిక ఈ సంస్కృతికి నూతన ఒరవడిని దిద్దిందని చెప్పవచ్చు. ఇంకా అనేక విలక్షణలతో దిన, వార, మాస, సాంవత్సరిక పత్రికలు వెలువడుతున్నాయి.

2. ఎలక్ట్రానిక్ మీడియా:

నేడు ఆబాల గోపాలాన్ని ఆకర్షిస్తున్న మీడియా ఎలక్ట్రానిక్ మీడియా. సాంకేతిక రంగం విజృంభణకు పరాకాష్టగా దీన్ని పేర్కొనవచ్చు. విశ్వంలోని అన్ని అంశాలను ఇంట్లో కూర్చుని సచిత్రంగా ప్రత్యక్షంగా చూస్తున్నాము. దీనికి ఉపకరిస్తున్న పరికరం టెలివిజన్.

ఒకప్పుడు బుల్లితెరగా ఉన్న టెలివిజన్ నేడు సినిమాతెర పరిమాణంలోకి విస్తరించింది. టి.వి. చూస్తున్నట్లుగా గాక సినిమా థియేటరులో చిత్రాన్ని చూస్తున్న

భావనకులోనవుతున్నాము. ఈ మాధ్యమంలో నేడు పోటీ పెరిగింది. వివిధ చానెళ్లు రంగ ప్రవేశం చేశాయి.

ఈటివి, మాటివి, జెమిని టి.వి. ఎన్‌టివి, టివి9, ఎబిన్ ఆంధ్రజ్యోతి, సాక్షి, టివి5, సి.వి.ఆర్. న్యూస్, ఎక్స్‌ప్రెస్‌న్యూస్, ఆర్‌టివి, ఎస్‌టీవి, స్టూడియో ఎన్, టెన్‌టివి, వి6టివి, సువార్త వాణి టీవి, ఆరాధన టీవి, సప్తగిరి టీవి, ఎస్‌విబిసి వంటివి వందచానళ్ల వరకూ ఉన్నాయి.

వీటిలో కొన్ని కేవలం వార్తలు మాత్రమే ప్రసారం చేస్తున్నాయి. కొన్ని సినీగేయాలను, కొన్ని సీరియల్స్ (ధారావాహికలు), సినిమాలను కొన్ని, వినోద కార్యక్రమాలను కొన్ని, ఆధ్యాత్మిక కార్యక్రమాలను కొన్ని, స్త్రీల కార్యక్రమాలను కొన్ని, క్రీడలను కొన్ని చానళ్లు ప్రసారం చేస్తున్నాయి. మరికొన్ని చానళ్లు అన్ని రకాల అంశాలను ప్రసారం చేస్తున్నాయి. ఈ ఎలక్ట్రానిక్ మీడియాలో ప్రసారమయ్యే అంశాలను ఇలా పేర్కొనవచ్చు.

1. వార్తలు
2. ధారావాహికలు
3. చర్చాగోష్టులు
4. వంటలు
5. క్రీడలు
6. వినోదకార్యక్రమాలు
7. క్విజ్
8. సంగీతకార్యక్రమాలు
9. జానపదగేయాలు
10. ఆధ్యాత్మిక అంశాలు
11. ప్రత్యేక ఇంటర్వ్యూలు
12. ప్రత్యక్ష ఇంటర్వ్యూలు

13. సంచలన విశేషాలు

14. ప్రభుత్వ కార్యక్రమాలు

15. ప్రజా వేదికలు

16. విద్యాకార్యక్రమాలు

17. వైద్యకార్యక్రమాలు

18. సినీ కార్యక్రమాలు

19. చలన చిత్రాలు

20. రైతు కార్యక్రమాలు

21. బాలల కార్యక్రమాలు

22. వ్యాపార కార్యక్రమాలు

23. నేర వార్తలు

వీటితోబాటు వివిధ సామాజిక కార్యక్రమాలు ఉన్నాయి. ప్రతి చానల్ (24×7) ఇరవై నాలుగు గంటలు కార్యక్రమాలు నిర్వహిస్తున్నాయి. ప్రజా సేవకోసం, ప్రజా సంక్షేమం కోరుతూ ఎప్పటికప్పుడు వినూత్నంగా కార్యక్రమాలను రూపొందించుకుంటున్నాయి. ఈ ఎలక్ట్రానిక్ మీడియా వినోదంతో బాటు విజ్ఞానాన్ని పంచుతున్నది. ఎప్పటికప్పుడు సమాచారాన్ని టీవిలు సచిత్రంగా వీక్షకులకి చేరవేస్తున్నాయి.

ఈ ఎలక్ట్రానిక్ మీడియా కూడా పక్షపాతంతో వ్యవహరిస్తున్నదనే విమర్శ ఉంది. వ్యక్తిగత ఇష్టాయిష్టాల ప్రకారం చూసినపుడు ఆ విమర్శలో కొంత వాస్తవమున్నట్లు అంగీకరించినా, అది సమాజానికి కీడు చేసే స్థాయిలో లేదని స్పష్టంగా పేర్కొనవచ్చు.

ఎలక్ట్రానిక్ మీడియా రంగ ప్రవేశంతో ప్రజల్లో చైతన్యం ఎంత వచ్చిందో, అదే స్థాయిలో సోమరితనం కూడా పెరిగిందని విశ్లేషకులు అంటున్నారు. నాణేనికి

బొమ్మ బొరుసు ఉన్నట్లే ప్రతి దానికి ఇరుపార్శ్వాలు ఉంటాయి. వాటిలో విజ్ఞులు మంచిని స్వీకరించి చెడును త్యజించాలి.

ప్రింట్ మాధ్యమం ఉన్నప్పటికంటే ఎలక్ట్రానిక్ మాధ్యమం రంగ ప్రవేశం చేశాక సమాజంలో అరాచకాలు పెరిగాయని అందుకు దృశ్యీకరణ అంశాలు ఉండటమే ప్రధానహేతువని ఇటీవలి కాలంలో కొన్ని సర్వేలు తెలిపాయి. ఇందులో వాస్తవం ఉందని చెప్పక తప్పదు.

దశాబ్ద కాలం క్రితం ఒక చానెల్ నేరాలు–ఘోరాలు శీర్షికతో సీరియస్‌గా నేర వార్తలు చూపింది. అందులో నేరం ఎలా చేయాలని చేసి ఎలా తప్పించుకోవాలని అనే అంశాలు చూపటం ద్వారా, దానికి కొందరు ప్రభావితులయి అలాంటి దురాగతాలకు పాల్పడ్డారు. తాము అలా చేయుటకు ప్రసార మాధ్యమాలే కారణమని వారు పోలీసుల ముందు చెప్పారు. అదే విధంగా అత్యాచారం వంటి వాటిని కూడా పేర్కొనవచ్చు. ఈ అంశాలను చూపుటకు ఉత్సాహం చూపే మీడియా నేరస్తులకు వేసే శిక్షలను పెద్దగా చూపటం లేదు. ఎలక్ట్రానిక్ మీడియా ఇలాంటి ధోరణికి స్వస్తి చెప్పాలి. ప్రతి చానల్స్ నిర్వాహకులు సామాజిక స్పృహతో నడుచుకోవాలి. నైతిక విలువలు బోధించే విధంగా కార్యక్రమాలను రూపొందించుకోవాలి.

ఏది ఏమైనా రోజురోజుకూ పెరుగుతున్న ప్రజల అవసరాల దృష్ట్యా ప్రింట్, ఎలక్ట్రానిక్ మీడియా నిరుపమానమైన పాత్ర పోషిస్తున్నదని చెప్పవలసిఉంది. వ్యక్తికి రెండు కళ్లు ఎంత ముఖ్యమో, సమాజానికి ఈ రెండు మాధ్యమాలు అంతే అవసరం.

తెలుగు విభాగం మరియు అనువాద అధ్యయన శాఖ. ద్రావిడ విశ్వవిద్యాలయం కుప్పం వారు 30-31 మార్చి 2015 నాడు "ప్రస్తుత మీడియా ధోరణులు" అనే అంశంపై నిర్వహించిన యు.జి.సి. జాతీయ సదస్సులో సమర్పించిన వ్యాసం

తెలుగు జర్నలిజంలో ఆధునిక పోకడలు – ఒక పరిశీలన

ప్రజాస్వామ్య యుగంలో జర్నలిజాన్ని ఫోర్త్ ఎస్టేట్ అంటున్నారు. సమాచారాన్ని సేకరించటం, సేకరించిన దానిని ప్రజలకు అందించటం జర్నలిజం ప్రధాన లక్షణం. అందుకు ప్రబలంగా ఉపయోగపడుతున్న మాధ్యమం "పత్రికారంగం". "పత్రికొక్కటున్న పదివేల సైన్యంబు" అంటాడు నార్ల వెంకటేశ్వరరావు. నేడు ప్రపంచంలోని అన్ని లిపి గల భాషల్లో పత్రికలున్నాయి.

తెలుగులో దిన, వార, మాస, సాంవత్సరిక వంటి పత్రికలున్నాయి. ఈనాడు, ఆంధ్రజ్యోతి, వార్త, ఆంధ్రభూమి, ఆంధ్రప్రభ, విశాలాంధ్ర, ప్రజాశక్తి, జమీన్‌రైతు, జనత వంటివి దినపత్రికలు. ఆంధ్రభూమి, నవ్య, స్వాతి వంటివి వారపత్రికలు. ఆంధ్రభూమి, స్వాతి వంటి మాసపత్రికలు ఉన్నాయి. ఒకప్పుడు దిన పత్రికలు కేవలం వార్తలను మాత్రమే ప్రచురించేవి. నేడు జర్నలిజంలో వచ్చిన మార్పులు అనూహ్యంగా ఉన్నాయి. ప్రతి దినపత్రిక వివిధ శీర్షికలతో వార్తలను ప్రచురిస్తున్నది. ఒకప్పుడు కేవలం నాలుగు పేజీలున్న పత్రికలు నేడు 20 పేజీలకు తమ పరిధిని పెంచుకున్నాయి. ఇవి కాకుండా జిల్లా టాబ్లాయిడ్ 16 పుటలు ఉంటున్నాయి. ఒకప్పుడు పత్రిక కేవలం వార్తల కోసమే వినియోగించబడుతుండేది. నేడు వివిధ శీర్షికలు దానిలో వచ్చి చేరాయి.

దిన పత్రికలోని వార్తలను ఇలా వర్గీకరించవచ్చు:

1. జాతీయ వార్తలు
2. రాష్ట్ర వార్తలు
3. స్థానిక వార్తలు
4. క్రీడావార్తలు
5. సినీవార్తలు
6. వాణిజ్య వార్తలు
7. ఉద్యోగ వార్తలు వంటివి ఉన్నాయి.

పైన తెలిపిన వార్తలు అన్ని పత్రికలకు సర్వసాధారణంగా వర్తిస్తున్నాయి. అయితే కొన్ని పత్రికలు వినూత్నంగా వార్తలను ప్రచురిస్తున్నాయి. ఆ పత్రికల్లోని కొత్త అంశాలను ఇలా పేర్కొనవచ్చు.

1. కామెడి వార్తలు
2. జోక్ వార్తలు
3. ప్రకటన వార్తలు
4. ప్రభుత్వ, ప్రైవేట్ ప్రకటనల వార్తలు
5. ఉద్యోగావకాశ వార్తలు
6. ఎడిటోరియల్ వార్తలు
7. ఉద్ధండ జర్నలిస్ట్–కామెంటరీ
8. ఆధ్యాత్మిక వార్తలు
9. లేఖలు
10. స్త్రీలకు ప్రత్యేక ఫీచర్లు – ఉదా।। వసుంధర, నవ్య మొ।।

జిల్లా టాబ్లాయిడ్ :

ఇందులో పూర్తిగా జిల్లా వార్తలకే పరిమితం చేశాయి దినపత్రికలు. జిల్లాలో జరిగిన ముఖ్య వార్తలను మొదటి పేజీలో వేస్తారు. ఇందులో చాలా ప్రత్యేకతలున్నాయి. వాటిని ఇలా పేర్కొనవచ్చు.

1. జిల్లాలో ప్రధాన వార్తలు
2. బాక్సు కట్టిన వార్తలు
3. మరణ వార్తలు
4. జిల్లా జోన్ వార్తలు
5. క్లాసిఫైడ్స్
6. ఉద్యోగ వార్తలు
7. ప్రతిభావంతుల వార్తలు

8. టీవీ ఛానళ్ల ప్రసారాలకు చెందిన వార్తలు
9. రైతు వార్తలు
10. పోటీ పరీక్షలకు సంబంధించిన అంశాలు
11. ఆ వారంలో జరిగిన ముఖ్య సంఘటన తెలిపే వార్తల సమాహారం
12. విద్యార్థి వార్తలు (వివిధ పోటీ పరీక్షలకు)
13. పిల్లల వార్తలు
14. సెంటర్ స్ప్రెడ్ లాంటివి ఉన్నాయి.

అదేవిధంగా ఆదివారం నాడు ఒక ప్రత్యేక మ్యాగజైన్‌ను విడుదల చేస్తున్నాయి. అందులోని అంశాలు ఇలా ఉన్నాయి.

1. ముఖ్య విశేష వ్యాసం
2. పుస్తక సమీక్షలు
3. కవిత
4. కథ (కథానిక)
5. వారఫలాలు
6. ఉత్తరాలు
7. వాస్తు వార్తలు
8. సాహిత్య వ్యాసం
9. ట్రావెలోకం
10. మీ ఉత్తరాలు - వంటివి ఉన్నాయి. .

పత్రికలు సమకాలీన సమాజానికి దర్పణాలుగా పనిచేస్తున్నాయి. ఆ రోజు జరిగిన వార్తలను వార్తా వ్యాఖ్యతో సహా కొన్ని పత్రికలు ప్రచురిస్తున్నాయి. శీర్షిక ఎంపికలో ప్రతి పత్రిక ప్రత్యేక శ్రద్ధను తీసుకుంటున్నాయి. వార్తా పత్రిక నేడు విజ్ఞాన సర్వస్వంగా దోహదపడుతున్నది. అందులో పిల్లలు, విద్యార్థులు, వ్యాపారులు, ఉద్యోగులు, రైతులు, సినీ జగత్తుకు చెందినవారు ఒకరేమిటి అన్ని వర్గాల ప్రజలకు

సంబంధించిన, అవసరమైన వార్తలు మాస, దిన పత్రికల్లో అందుబాటులో ఉన్నాయి. నగరాల్లో వెలువరించే శీర్షికల్లో అయితే క్లాసిఫైడ్స్‌దే అగ్రస్థానం.

నేడు దినపత్రిక చూడనిదే మార్నింగ్ కాఫీ ముట్టనివారు ఎందరో ఉన్నారు. అందుకు హేతువు పత్రిక, ఆ వ్యక్తికి సంబంధించిన జీవితం ఉండటమే. అవి అతని జీవితానికి మూల హేతువులవుతున్నాయి. పత్రికలు ప్రజలకు ప్రభుత్వానికి మధ్య వారధిలా ఉపయోగపడుతున్నాయి. ఇది ఈనాటి సంప్రదాయ ధోరణి మాత్రమే కాదు. కొన్ని వేల సంవత్సరాలకు ముందే నారధుడు–ధర్మరాజును వార్తల నిర్వహణ గురించి చర్చించాడు. వార్త యందు జగము వర్థిల్లుచున్నది అంటాడు. వార్తలేని నాడు జనులు అజ్ఞానంలో మునిగిపోతారంటాడు. అందువల్ల రాజులు వార్తను నిర్వహించాలంటాడు. రాజులు వేటల ద్వారా తన రాజ్యంలో జరుగుచున్న విషయాలను ఎప్పటికప్పుడు తెలుసుకుంటుండేవారు. ఒక్కొక్కసారి రాజులే మారువేషంలో వెళ్లి ప్రజల మనోభావాలను రహస్యంగా తెలుసుకుంటుండేవారు.

నేడు దినపత్రికలతో బాటు వార, మాస, సాంవత్సరిక పత్రికలు కూడా వెలువడతున్నాయి. అందులో ఎన్నో అంశాలు ఉంటున్నాయి. వాటిని ఇలా పేర్కొనవచ్చు.

1. సాహిత్య వ్యాసాలు
2. వారఫలాలు
3. సీరియస్
4. కథానికలు
5. కవితలు
6. సందేహాలు–సమాధానాలు
7. క్విజ్
8. నవలికలు

9. పురాణ పరిచయం
10. జోక్స్
11. ఫోటో వ్యాఖ్యలు
12. పుస్తక సమీక్షలు
13. ఆధ్యాత్మిక అంశాలు
14. బర్నింగ్ టాపిక్
15. ఇంటర్వ్యూలు
16. ఉద్యోగవార్తలు
17. విద్యా వార్తలు
18. పురాణ విజ్ఞానం
19. చర్చలు
20. ప్రపంచ వార్తలు - వంటివి ఎన్నో ఉంటున్నాయి.

నేడు పత్రికల వల్ల కలిగే ప్రయోజనాలు :

- ఆ బాలగోపాలానికి విజ్ఞానం అందుతున్నది.
- ఆయా వర్గాలకు అవసరమైన వార్తలను తెలుసుకుంటున్నారు.
- సాహిత్యాంశాల విస్తరణకు చక్కని వారధిగా దోహదపడుతున్నాయి.
- నిరుద్యోగుల పాలిట పత్రికలు వర ప్రసాదినిలా పనిచేస్తున్నాయి.
- తక్కువ వెలతో అపారమైన విషయాలను ప్రజలకు అందజేస్తున్నాయి.

ముద్రణా యంత్రం కనుగొనడంతో పత్రికా రంగం రూపు రేఖలు పూర్తిగా మారిపోయాయని చెప్పవచ్చు. ఇవేగాక కొన్ని పత్రికలు సాహిత్యానికి, వాణిజ్యానికి, వైద్యరంగానికి, శాస్త్ర సాంకేతిక రంగాలకు పరిమితమౌతూ-ఆయా రంగాలకు పరిపూర్ణత కలుగజేస్తూ రాణిస్తున్నాయి. సంఘ సంస్కరణ దృక్పథంలో కందుకూరి, స్వరాజ్య సాధన దృక్పథంతో ప్రకాశం పంతులు, ముట్నూరి కృష్ణారావు తదితదరులు

పత్రికలు స్థాపించగా నేడు వ్యాపార, ప్రజా సేవా దృక్పథంతో పత్రికలు నడుస్తున్నాయి. ఏదిఏమైనా తెలుగులో పత్రికలు దినదిన ప్రవర్ధమానం కావటం ప్రజాబాహుళ్యానికి సంతోషకారణమేనని చెప్పవచ్చు.

తెలుగు అధ్యయన శాఖ, శ్రీ వేంకటేశ్వర విశ్వవిద్యాలయం, తిరుపతి వారు మరియు సెంట్రల్ ఇన్స్టిట్యూట్ ఆఫ్ ఇండియన్ లాంగ్వేజస్ వారు 5-7 అక్టోబరు 2012 నాడు "తెలుగు జర్నలిజం" అనే అంశంపై నిర్వహించిన జాతీయ సదస్సులో సమర్పించిన వ్యాసం

Made in the USA
Monee, IL
22 August 2025